இரத்தமாகிய
இரவும் பகலுமுடைய நாள்

கருணாகரன் (பி. 1963)

இலங்கையின் வடக்கே கிளிநொச்சி மாவட்டத்திலுள்ள இயக்கச்சியில் பிறந்தவர் கருணாகரன். ஈழப் போராட்ட அமைப்புகளின் வெளியீடுகளான *பொதுமை, வெளிச்சம்* ஆகியவற்றின் ஆசிரியராகப் பணியாற்றியவர். சுயாதீன ஊடகவியலாளராகச் செயற்பட்டுவருகிறார். பத்தி எழுத்து, ஒளிப்படத்துறை ஆகியவற்றிலும் ஈடுபாடு. 'ஒரு பொழுதுக்குக் காத்திருத்தல்', 'ஒரு பயணியின் நிகழ்காலக் குறிப்புகள்', 'பலியாடு', 'எதுவுமல்ல எதுவும்', 'ஒரு பயணியின் போர்க்காலக் குறிப்புகள்', 'நெருப்பின் உதிரம்' என ஆறு கவிதை நூல்களும், 'வேட்டைத்தோப்பு' சிறுகதைத் தொகுப்பும், 'இப்படியொரு காலம்' கட்டுரை நூலும் இதுவரை வெளியாகியுள்ளன.

மின்னஞ்சல்: poompoom2007@gmail.com

இரத்தமாகிய
இரவும் பகலுமுடைய நாள்

கருணாகரன்

இரத்தமாகிய
இரவும் பகலுமுடைய நாள்

காலச்சுவடு பதிப்பகம்

இரத்தமாகிய இரவும் பகலுமுடைய நாள் ❖ கவிதைகள் ❖ ஆசிரியர்: கருணாகரன் ❖ © கருணாகரன் ❖ முதல் பதிப்பு: நவம்பர் 2015 ❖ வெளியீடு: காலச்சுவடு பப்ளிகேஷன்ஸ் (பி) லிட்., 669, கே. பி. சாலை, நாகர்கோவில் 629001

காலச்சுவடு பதிப்பக வெளியீடு: 671

irattamaakiya iravum pakalumuTaya naaL ❖ Poems ❖ Author: Karunakaran ❖ © Karunakaran ❖ Language: Tamil ❖ First Edition: November 2015 ❖ Size: Demy 1 x 8 ❖ Paper: 18.6 kg maplitho ❖ Pages: 112

Published by Kalachuvadu Publications Pvt. Ltd., 669, K.P. Road, Nagercoil 629001, India ❖ Phone: 91-4652-278525 ❖ e-mail: publications @kalachuvadu.com ❖ Printed at Repro India Ltd., Chennai 600115

ISBN: 978-93-84641-36-8

11/2015/S.No. 671, kcp 1352, 18.6 (1) MIL

ஐம்பது ஆண்டுகளுக்கும் மேலாக
இலக்கியம் மற்றும் சமூக, அரசியல் தளங்களில்
பங்களிப்பை வழங்கிவரும் அருமைத் தோழர்கள்
மல்லிகை **டொமினிக் ஜீவாவுக்கும்**
தாயகம் **க. தணிகாசலத்துக்கும்**

நன்றி

ப. தயாளன், சி. ரமேஸ், கவிஞர் திருமாவளவன்,
றியாஸ் குரானா, வசந்தி, எம். பெளசர்,
இயல்வாணன், தர்மினி (பிரான்ஸ்), கோமகன்,
சிதம்பரப்பிள்ளை சிவகுமார்,
அன்ரன் அன்பழகன், சுதர்சினி, சசிகுமார்
ஸ்ராலின் ஞானம், தேவ அபிரா,
கண்ணன் ஆகியோருக்கும்

காலச்சுவடு, ஜீவநதி, மலைகள், அம்ருதா,
மறுகா, ஆக்காட்டி, தினமுரசு, எதுவரை,
பதிவுகள் ஆகியவற்றுக்கும்

பொருளடக்கம்

எங்கே போய் முடிந்தது அத்தீ ?
மூண்டு தணிவதற்கிடையில்
ஆடிய நடனத்தைக் கண்டு வியந்தேன்.

அதுதான் இனி வரப்போகும் ஒரு கடந்த காலமாக
இருக்கும் என்றார்கள்
இருந்து விட்டுப்போகட்டும் அதனாலென்ன என்று
சொல்லிக்கொண்டிருந்தார் விதன்
அதை ஒரு புண்ணாக்குக் கடையில்
விற்றுக்கொண்டிருந்தான் கணித ஆசிரியன்
நாளையின் துளிரைக் குறித்து யோசித்துக்
கொண்டிருந்தேன் நான்.

இறைச்சியில் எப்படித் தாவர எண்ணெயைப்
பிரித்தெடுக்க முடியும் என்று எல்லோருக்கும் தெரிந்திருக்க
வேண்டும் என்றது ஒரு சட்டவிதி.
மகிழ்ச்சிதான். ஆனால், அது ஒரு மாட்டைப்போல எங்கோ
சோம்பிப் படுத்திருக்கிறதே எனச் சலித்துக்கொண்ட நீதிபதி –
சோம்பிப்படுத்திருக்கும் மகிழ்ச்சியைப் பிடித்து
சிறையிலடையுங்கள் என்று தீர்ப்பளித்தார்.

பிறகு ஒருவரும் எதைப்பற்றியும் பேச விரும்பவில்லை
அதுதான் உறைபனியாகிற்று அங்கே
பெரும்பாறையானது இங்கே.

காவலர்கள் நீதிபதியைச் சிறையிலடைத்துத் திரும்பியபோது
காவலர்களைக் கைது செய்யும்படி சட்டம் விதிக்கப்பட்டிருந்தது.

கடந்த காலத்துள் புதையுண்டு கொண்டிருந்த நிகழ்காலத்தை
மீட்டெடுப்பதைப்பற்றி ஒரு மாடு மரத்தின் கீழே நின்று சிந்தித்தது.
மாட்டைக் கடந்து சென்றுகொண்டிருந்தது கோடை நதி.

०

முள் மோகம்

என்னைக் கொன்றவன் உன்னருகில்
உன்னைக் கொன்றவன் என்னருகில்
என்ற காலம் விந்தையாக உருகி
நம் காலடியில் பூவாயிற்றா? முள்ளாயிற்றா?

நம் படிக்கட்டுகள் சிதைந்து போனபின்
இறங்கவும் முடியாமல் ஏறவும் முடியாமல்
இங்குமில்லாமல் அங்குமில்லாமல்
சிதைவுகளின் நடுவே சிதைவாகி
நாமே இயற்றிய முள்விதியின் நாமே சிக்கி
பழிமுகத்திடலில் வீழ்ந்தோம்.

நம் கனவுகளின் நிறம் என்னாயிற்று?
அந்தக் கனவுகளின் இறகுகளை வெட்டியெறிந்து விட்டு
இப்பொழுது அவற்றின் நிறம் பற்றி
விவாதித்துக் கொண்டிருக்கிறோம்.

தெருநீளம் சிந்திய ரத்தம்
பிணங்களைப் பரப்பியதெங்கும்
பிணவூர்வலத்தில் சிந்திய பூக்கள்
சாவை நிரப்பியதெங்கும்
சாவுக்குப் பதில் சாவு
பலிக்குப் பதில் பலி
பழிக்குப் பதில் பழி
முடியாத கொலை விதி
இன்னும் தினவடங்காத நாவு
உறங்காமல் தவிக்கிறது ஒவ்வொருவருக்குள்ளும்.

என்னதான் அழகிய மூடிகளை அணிந்தாலும்
பிணவாடை நீங்காதிருக்கிறது.
போதுமிந்த முள் மோகம்,

என்னைக் கொன்றவன் உன்னருகில்
உன்னைக் கொன்றவன் என்னருகில்

○

                                                கருணாகரன்

சாகமுடியா உயிர்

காணாமற் போகடிக்கப்பட்டவனின் நினைவைக்
காணாமற் போகடிக்கும் வழியென்ன
என்றறிய முடியாமல் –

காணாமற் போகடிக்கப்பட்டவனைக் கண்டறிய விதியிலா
உலகின்

சூட்சுமம் என்னவென்றறியா ரேகைகளில் விதியை
முடிந்து வைத்தவள்,
இன்னும் காத்திருக்கிறேன்
எதற்காக என்று தெரியாமல்.

"அவன் வரக்கூடும்" என்றுதான் இன்னும் இந்தக் காத்திருப்பு
ஆனாலும் நம்பிக்கையில்லை அந்த வருகை நிகழுமென்று.
'காத்திருப்பதில் பயனில்லை என்றும் சொல்ல முடியாது

நம்பிக்கைக்கும் நம்பிக்கையின்மைக்கும் இடையில்
தத்தளித்துக் கொண்டிருக்கும் நெருப்பு
என்னைத் தீண்டிக் கொண்டேயிருக்கிறது.

நான் எரிந்தழிய முடியாத பிணம்
சாக முடியா உயிர்
வெந்து தணியாத காடு
ஊற்றும் பாய்ச்சலுமடங்கா ஆறு

"எப்போது வருவார் அப்பா?" என்ற குழந்தைகளுக்குப்
பதிலளிக்க முடியாத விதியைத் தந்த நாட்டின் குடிமகள்
சிந்த முடியாக் கண்ணீரோடும்
விடையற்ற கேள்விகளோடும்
உங்களின் நேரெதிரில் தினமும் வந்து செல்லும்
துயரிழை.

இந்த இழையில்
எந்த நெருப்பு மூளும்?
என்று மூளும்?

○

பறவையின் வீடு

மழையில் நனைந்து கொண்டிருக்கும் மரத்தில்
எரிந்து கொண்டிருக்கும் காட்டில்
புயலடிக்கும் வேளை அலைவுறும் செடியில்
வெயில் தகிக்கும் கோடையில்
தினவோடு நீளும் நாக்குடன்
ஊர்ந்து மேலேழும் பாம்பின் முன்னே

பறவையின் வீடு

〇

   கருணாகரன்

பொய்யுரையின் காலம்

01

மறுத்தோடிகள் ஒத்தோடிகளாகினர்
வழிமாறிகள் திசைமாறிகள் எல்லாம் அரங்கேறிட
உண்மையைக் கண்டஞ்சும் மனம் சாட்சிகளை
நிராகரிக்கத் துடிக்கிறது

பொய்யுலகில் தின்னாப்பண்டமாகியது உண்மை
உண்மையுரைப்போரெல்லாம் பழித்துரைக்கப்படுகிறார்
நண்பர்கள் பகைவர்களாகும் விதி நிகழ்ந்தேற
நிலம் பிளந்து வானம் சிதைந்து
ஐம்பூதங்களும் நொருங்கித் துகழ்களாகின்றன.

பொய்யுரைத்தல் எத்தனை எளிது என்று மகிழ்ந்தனரெல்லோரும்
பொய்யுரைகள் எத்தனை மதிப்புடையன என்று
                         வியந்தான் இளைஞன்
பொய்களின் சந்தையில் கூட்டமும் நாட்டமும் அதிகமாக
நெல்லை விதைப்பதை விடவும்
பொய்களை விதைப்பவன் லாபங்களைச் சம்பாதிக்கிறான்
என்ற விதிகண்டதால் பொய்களே எங்கும் விளைந்தன.

02

'இது பொய்களின் யுகம்' என்றார் ஞானி
'ஆமாம்' என்றனர் சனங்களும்.

அதுவே தோத்திரமும் பிரார்த்தனையுமாயிற்று.

பொய்களின் அரசன்
பொய்களின் நாடு
பொய்களின் ஆட்சி
பொய்களின் விசுவாசிகள்
பொய்களின் தெய்வம்

03

'விலகிய ஆட்டுக்கு விதியில்லை' என்றது நாடு
'தனித்தவருக்கும் மறுத்தோடிக்கும் துணையில்லை' என்றது
உளர்

எனில்
இது சிதைவின் காலமா?
இல்லை அழிவின் யுகமா?

உறைந்திருக்கும் காலத்தின் மீதிருந்து
கண்ணீர் சிந்தும் மனிதர்களை
இன்னும் யாரும் பார்த்துக் கொண்டிருக்க முடியாது.

கணத்தில் உருகிப்பாறையாகும் மனிதர்களை
நானெப்படிக் கொண்டாடுவேன்?

இத்தனை கசப்போடும்
இன்னும் இந்தப் பயண வழியில் நடக்கும்
மனிதர்களைக் குறித்து என் சொல்வேன்?
'தோற்றுத்தான் போவோம் எனினும்
தோல்வியின் அடிவாரத்தில்
உறங்குவோமென்ற மனிதர்களை வாழ்த்துவதா?
விட்டுச் செல்வதா?'
'பாதிவழியில் பயணம் முறித்தாய்' என்றெம்மைத்
திட்டுவார் என்றஞ்சிப்
பின்தொடரும் நண்பரெவரும்
பொய்யுரைக்க வெட்கப்படவில்லை.

இன்னும் மீட்பர்களுக்காகக் காத்திருக்கும் தந்தையர்,
இன்னும் 'வெளியாரைப் பிரார்த்தியுங்கள்' என்றுரைக்கும்
மதகுருக்கள்
'தூரத்து நட்சத்திரங்கள் ஓர் நாளில் சூரியனாகும்' என்று
நம்பிக்கையூட்டும் ஆய்வறிஞர்

சனங்களைப் பலியாடுகளாக்கும் களமொன்றில்
நானொரு சாட்சியாக இன்னும் இருக்கவா?
பலியாடுகளோ மேய்ப்பர்களின் காலைச் சுற்றி வருகின்றன
அறியவில்லை எந்தப் பலியாடும் மேய்ப்பனின் இரக்கம்
தன்னுடைய இரத்தத்துக்காகவே என்று.

                    கருணாகரன்

04

தன்னைத்தானே சுருக்கிட்டுக்கொண்டிருக்கும்
ஒவ்வொருவரையும் கொண்ட ஊரில்
சாவொலியின் மரண ஓலை
தோரணமாகித் தெருவெங்கும் ஆடுமே.

வடிந்த ரத்தம் உறைகிறது
உறைந்த நாட்களை உயிர்ப்பிக்க யாரும் இல்லை.
உறைந்த ரத்தத்தை உயிரூட்டவும் எவருமில்லை.
உறைந்த காலம் நீண்டு
மண்ணாகிறது வாழ்க்கை.

○

விட்டுச் சென்ற சுடர்

நாங்கள் அங்கே இருந்தபோது
நீங்களும் இருந்தீர்கள்.
பிறகு யாருமில்லை
எல்லோரும் விட்டுச்சென்ற சுடர்
கைவிடப்பட்ட பொருளாகியது அங்கே.

காதலின் முத்துகள் சிதறி
மணலில் புதைந்தன.

திருத்தலத்தின் கருவறையில்,
பலிபீடத்தில், கோபுரத்தில், கதவில்
முதிய பலாமரத்தின் கிளைகளில்
பின்வாசல் படிக்கட்டில்
குளக்கரையில்
பெருந்தெருவின் திருப்பத்தில்
கிணற்றடியில்
எப்போதும் பூத்திருக்கும் செவ்விரத்தையின் அருகில்
நாம் நின்றுலவிய இடங்களில்
சந்தையில், கடைத்தெருவெங்கும்
கைவிடப்பட்ட அச்சுடர் நின்றாடியது நினைவாய்.

அடையாளங்கள் மண்ணாகின
பிறகு
அந்த மண்ணே அடையாளமாகியது

அச்சுடராகியது
இன்னொரு வடிவில்.

◯

  கருணாகரன்

திசை

"காடுகளின் மீது நெருப்பு
கடலின் மேலே முள்
வயலுக்குச் செல்லும் வழியெல்லாம் பெருங்குழிகள்
உடைந்து சிதறிய பாலங்கள்
ஆற்றிலே இரத்தம்
வீட்டிலே இருள்
மரங்களின் கீழே முட்டீயென்ற காலத்தில்
எப்படி மகிழ்ச்சிச் செடிகளை வளர்த்திருப்பர்?"
எனத் திகைத்து நின்றார் அவர்.

"பயணங்களை இடைநிறுத்திய போதும்
நிலாவின் ஊர்வலம் நிகழ்ந்தது.
இருளில் விடப்பட்ட வேளையிலும்
விண்மீன்கள் ஒளிர்ந்தன
எல்லாச் சட்டங்களுக்கு அப்பாலும்
மாரியும் கோடையும்
இரவும் பகலும் வந்து சென்றனவே" என்றான் ஓரிளைஞன்.

"காடேகும் காலத்தில்
கைப்பொருளெல்லாம் தவறி
பட்டி பிரிந்து
மடியும் அவிழ்ந்து குலைந்தபோது என் செய்தீர்?" என்ற வேளை

"பொம்மைகள் இல்லையென்றால் என்ன,
நாய்க்குட்டியை
அணைத்தபடி தூங்கும் குழந்தையைக் கண்டேன்"
என்றாள் ஒருத்தி.

"நெருப்பைக் காணவில்லை என்றபோதும்
எரிந்தடங்கிய நிலத்தில்
இன்னும் ஆறவில்லைச் சூடு" என்றவர்க்குக் காட்டினாள்
சிறுமி
திசையொன்றை.

அங்கே
எரிந்த பனைகள் மீண்டும் துளிர்த்திருந்தன.

◖

எதிர்மறைக்காலம்

மான் என்றதும் மனதில் புலி தோன்றும்
விதி ஏன்?

கீரிகள் விளையாடும்போது பாம்பின் எண்ணமேன்
எழுகிறது?
பாம்பைக் காணுந்தோறும் கீரிகளேன் நினைவில்
துளிர்க்கின்றன?

பாலையிலும் பாறை முகட்டிலும்
ஊற்றுக்கண்ணைத் தேடுவதேன் கண்?

காட்டிடை அலைகையில்
ஊர்முகம் காண அவாவுறுவதேன் மனம்?

காலிழந்தவன் நிற்கமுடியாது தவிக்கையிலே
போர் முனை தெரிவதேன்?

பசித்திருக்கும் கண்களைக் காணும்வேளை
அழிய முடியாதிருக்கும் என் காலத்தின் நிழலேன் தெரிகிறது?
தனித்திருக்கும் முதிய பெண்ணைக் காணும்பொழுதில்
குழந்தையிலும் குமரியிலும் அவள் கொண்டாடிய
காட்சிகளேன்

துடித்துத் தெறிக்கின்றன?

○

 கருணாகரன்

வானம் நீலமாகத்தானிருந்தது

காலடியில் இருக்கும் நிழலை
அள்ளிச் சென்றது நீயா தீயா தெரியவில்லை.

அந்த இரவு
கடற்கரையில் இனந்தெரியாத பிணத்தின் அருகில்
உறங்கினேன்.

அதிகாலையில் நான் வரும் வழியில்
ஒரு இதயம் கிடந்து துடித்துக் கொண்டிருந்தது.
நான் எதிர்பார்க்கவில்லை
நீங்களும் எதிர்பார்க்கவில்லை
நம்பிக்கையானவர்கள் நம்மை விட்டுச் சென்றார்கள்
ஒரு பாழடைந்த வீட்டில்.

நாங்கள் தனித்துவிடப்பட்டோம்.
ஆனாலும் அன்றும்
வானம் நீலமாகத்தானிருந்தது.

மணியொலியை
எறிந்து கொண்டிருந்த தேவாலயத்தை விட்டு
வெளியேறிச் சென்ற புறாக்கள் எங்கே சென்றன
என்று தேடிக்கொண்டிருந்தார் தேவன்.

◯

உயிர் மணம்

01

காயங்களிலிருந்து வலிபெருகிப் பாயும்
இந்தப் பொழுதில்
அழியாத புன்னகையை யார் கொண்டு வருவீர்?

இதோ இந்தப் பாத்திரம்
இன்னும் மட்கவில்லை
உங்களுக்காகவே காத்திருக்கிறது.

தானியத்தை அதில் இடுங்கள்
தண்ணீரை நிரப்புங்கள்
அதில் உங்கள் இதயம் நிரம்பியிருக்கும்
அழியாத புன்னகையின் முகம் அதில் ஒளிரும்.

முளைக்கும் பயிரில் உயிருறியிருப்பது
உங்கள் இதயத்தின் நரம்புகளும் துடிப்புமன்றோ.

02

சிதையாத புன்னகைக்கு என்ன உத்தரவாதம்?

கண்ணீருடன் நிற்கும் இந்தக் குழந்தையை
நிழலுக்குத் தவிக்கும் அந்த முதிய தந்தையை
வழிகடக்கத் துடித்துக் கொண்டு உங்கள் முன்னிற்கும்
பார்வையிழந்த பெண்ணை
நெருப்பிலிருந்து விடுவியுங்கள்.

காய்ந்து தகித்துக் கொண்டிருக்கும் வெளியின்
வெம்மை தணிக்க
ஒரு மரம் உங்களால் உயிர்த்தால்
சிதையாத புன்னகையின் அடிவேர்கள் துளிர்க்கும்
அக்கணத்திலெல்லாம்.

   கருணாகரன்

கரைந்து கொண்டேயிருக்கும்
நம்பிக்கையின் முனையில்
ஒரு ஈரத்துண்டை வைக்கும்போது
அங்கிருந்து விமானங்கள் பறக்கின்றன.
பறவைகள் சிறகடிக்கின்றன
பள்ளிப் பிள்ளைகள் விளையாடிக் குதூகலிக்கின்றனர்.
ஆறுகள் பெருகிப் பாய
அதன் வழியெங்கும் முளைத்த மரங்களில்
வாடாத மலர்கள் பூக்கின்றன.

03

இளமை தீர்ந்தும்
தீராக் காதலின் உற்சவம் குன்றாதிருக்குமா?

வானத்திற்கில்லை மூப்பும் இளமையும்
சிதைவதில்லை அதன் அழகென்றும்.
மலருக்கில்லை நிறந்தீட்டலும்
வாசனையைச் சேர்க்கும் அவசியமும்.
அன்பூற்றினாலான பானத்தின் சுவையென்றும் மாறுவதில்லை
அன்பினால் குழைத்த கிண்ணத்தின் அழகொளிரும் என்றும்
என்றுணர்ந்தால்
அதன் வண்ணம் கெடாது என்றும்.

தீராக்காதலின் உற்சவம் குன்றாதொளிரும்
முற்றிக்கனியும் முதுமையிலும்.

○

பின்னல்

அகன்ற தெருக்களை அமைப்பதற்காக
எங்கள் தெருக்கரையில் நின்ற புளியமரத்தை
சீனர்கள் வீழ்த்தியபோது
காலைச் சூரியன் ஒஸ்லோவில் ஊடுருவ முடியாமல்
திணறியது.

அப்பொழுது அமெரிக்கத் தூதுவர்
இலங்கையில் ஆட்சி மாற்றத்தைப்பற்றி
யாழ்ப்பாண ஆயருடன் தொலைபேசிக் கொண்டிருந்தார்.
போதைவஸ்துக் குற்றச்சாட்டில்
இலங்கையில் மரண தண்டனை விதிக்கப்பட்ட
கைதிகளின் விடுதலை
இந்தியா எங்கும் பட்டாசுகளில் வெடித்துப் பறந்தது.

தலைவர்களுக்கிடையில் ரகசிய உடன்படிக்கைகளும்
பரகசிய ஒப்பந்தங்களும்
நடந்து கொண்டிருந்தபோது அரிசி விலையேறியது
தண்ணீர் விலை உயர்ந்தது.

கட்சி தாவும் ஆட்களுக்குப் பாலங்களை
அமைத்துக்கொடுத்துக்
கொண்டிருக்கும் திருப்பணியை
இரவு பகலாகச் செய்து கொண்டிருந்த பத்திரிகையாள
நண்பர்கள்

தேர்தலுக்கு அழைத்துச் செல்லப்பட்டார்கள்.

அதே பத்திரிகையாள நண்பர்கள் இரவு விருந்துக்கு
அழைக்கிறார்கள்.

மூன்று போத்தல் பியரை உள்ளே இறக்கிய
ஊடகப்போராளி ஒருவன்
தேர்தலுக்கு முன்பே தலைவரைத் தெரிந்தெடுத்து
விட்டிருந்தான்.
இன்னொருவன் தேர்தலுக்கு முன் தலைவரைக்
கைவிட்டிருந்தான்

தவறவிட்ட பந்தை நினைத்துக் கவலைப்பட்ட கிரிக்கெற்
வீரர்களுக்கு

அருகிலே நின்றவனின் கவலையெல்லாம்
தானொரு கிரிக்கெற் வீரனாக வரவில்லை என்றேயிருந்தது.
அப்படி வந்திருந்தால் எந்தப் பந்தும் தவறாது விக்கெற்றை
                                    வீழ்த்தியிருக்கும்
அல்லது சிக்ஸராகியிருக்கும் என்று நினைத்தான்.

எல்லாம் ஒருகணத்தில் நிகழ்ந்தபோது
மறுகணம் என்னவாக இருக்கும் என்று நினைத்தேன்.

○

ஞாயிற்றுக்கிழமைச் சாலையில்
நாய்கள் உல்லாசமாகப் புணர்கின்றன

மாடுகளோடு துூங்கிக் கொண்டிருக்கும் வீதியில்
அதிகாலை ரெயினில் வந்திறங்கிய ஆட்கள்
துூக்கக் கலக்கத்தோடு நடந்து பனிப் புகாரில் கரைய
குளிர்ச்சட்டையோடு
சைக்கிளில் கிளினிக்குக்குச் செல்லும்
முதியவனின் சுருட்டுப்புகையும் மணமும்
தேங்கி நிற்கும் அசையாக் காற்றில்
மாட்டு மூத்திரவாடையும் சாணிமணமும் ஏறி நடனமாடின.

வீடும் வெளியுமற்றவர்
திறக்கப்படாத கதவுகளின் முன்னே படுத்திருந்தனர்.

தேநீர்க்கடையை திறக்குமாறு வேண்டிய
பிரார்த்தனை அத்தனை சுலபமாக நிறைவேறவில்லை
'கடைக்காரனின் உறவுக்காரர் ஊரில் இறந்து விட்டார்' என்று
கடைக்காரப் பையன் சொல்லிப்போனான் விடுமுறைக்
                              குதூகலத்தோடு.

தான் நிற்பது எங்கென்றும் எதிலென்றும் தெரியவில்லை
                              அவனுக்கு

ஞாயிற்றுக்கிழமைச்சாலையை உயிர்ப்பூட்டிக்கொள்ள
இரண்டு நாய்கள் புணர்ந்து கொண்டிருக்கின்றன

◖

                              கருணாகரன்

கோடை வதம்

பழங்காலத்துச் சுவரோவியத்தில் அவனைக் கண்டேன்
பசித்திருந்தன கண்கள்
யாரோ ஒரு இளம்பெண் களவாடிப்போனதால்
அவனுடைய மனதில் ஏற்பட்டிருந்த பள்ளத்தாக்கு
முதற்காதலின் சாட்சியாக அப்படியே இருந்தது.

பழுப்பேறிய கண்களில்
அவனிழந்துபோன காடுகளின் நிழல் படிந்த ஆறு
ஒரு நூலாக ஓடிக்கொண்டிருந்தது.
அது கோடையாக இருக்கலாம்
என்றால் அதுதான் இல்லை.

மாரிமழை அவனுடலின் குளிரிலிருந்து
காட்டாறாகப் பிரவாகிக்கத் திமிறித் துடித்த கணங்கள்
தகித்துக் கொண்டிருந்தன.
தகிக்கும் அக்கண்களில்
அவனறிந்திருந்த ஒருண்மையோ தீர்க்கதரிசனமோ
எதுவோ
சோகத்தோடு மின்னியது துயர்ச் சேதியுடன்.

பின்வரும் காலத்தின் துயருணர்ந்த அக்கண்களில்
காடழிந்து கோடை பெருகிப் பாழடைந்து போகும்
பின்வருவோர் வாழ்க்கை என்றும்

பின்வருவோரெல்லாம் பின்வருவோரை
கோடையில் தகித்தலைய விடுவர் என்றும்.

முன்னிருந்தோர் தின்றழித்த காட்டின் நிழலைக் காணாத
                                                        விதி

அவனைப் பாழடைந்த காலத்தின் மீதமர்த்தியதை
அந்தப் புராதனச் சுவரோவியத்தில் தீட்டிய ஓவியன்
இருந்தான்
தானும்
நீங்காத கோடையில்.

O

நெருப்பு

போர்க் கைதிகளைப் பற்றி நாமறிவோம்
போர்க்குற்றவாளிகளைப் பற்றி
நானும் அறிவேன் நீங்களும் அறிவீர்கள்

ஆனாலுமென்ன
கைதிகளை மீட்க முடியாமலும்
குற்றவாளிகளைத் தண்டிக்க முடியாமலும்
நழுவிச் செல்லும் காலம் நமது.

வெற்றிக்கும் தோல்விக்கும் இடையில்
கைதுக்கும் சரணடைவுக்கும் இடையில்
மன்றாட்டத்துக்கும் வெறிக்கூச்சலுக்குமிடையில்
எப்பொழுதும் தோற்கடிக்கப்பட்டுக்கொண்டேயிருக்கும்
கூட்டத்திலொருவனாய்
இரவுகளில் புலம்பி
பகலில் அலைந்து
பரிகசிக்கப்படும் தெருநீளம் திரிகிறேன்.

பாதிக் கைதிகள் சிறைக் கூடங்களில்
பாதிப்பேர் விசாரணையில்
இன்னும் சிலர் விடுதலையாகித் தெருவில்
மீதிப்பேர் ஏதுமறியா நிலையில்.

இந்தக் கைதிகளின் விதி என்னவென்று உணர்கிறபோதும்
சொல்ல முடியவில்லை வெளியே.

அவரின்னும் இருக்கிறாரா
இவர் என்றாவது வருவாரா என்று தத்தளிக்கும் மனிதர்களோடு
தூக்கமின்றிப் பசியின்றித் தவிக்கின்ற குழந்தைகளோடு
எப்படி இனியும் வாழ்வதென்று தெரியவில்லை.
யாருக்காகவும் இனிக் காத்திருப்பதில் பயனில்லை
என்றுரைக்கவும் முடியவில்லை.

போரோய்ந்து போயிற்றென்றுதான் சொன்னார்
சொன்னவர் வாயில்
அணையாதிருந்த நெருப்பைக் கண்டேன்.

○

வலை

நீங்கள் வந்தபோது புறப்படும் அவசரத்திலிருந்தேன்
உங்களை வரவேற்கவில்லை என்ற வருத்தம்
பயணத்தின் வழிநெடுக வந்து நிரம்பியது என்னில்.

உங்களை வரவேற்றிருந்தால்
இந்தப் பயணத்தின் முதலடியே உறைந்துபோய்
அன்று என் பணி குலைந்திருக்கும்.

பணி குலையும்போதெல்லாம்
காரியங்கள் சிதைந்து
எளியவரின் விதி குலைந்தழிகிறது.

பறவைகளைப் போலவோ
விலங்குகளைப் போலவோ நாம் இருந்திருந்தால்
நீங்கள் வந்த வேளையில்
மேய்ச்சல் வெளியை நோக்கியோ நீர்ச்சுனையைத் தேடியோ
சேர்ந்து நாம் பயணித்திருக்க முடியும்.

அவரவரே மேய்ச்சல் நிலத்துக்குச் செல்ல
                        வேண்டியிருந்தால்
எளியவர் வலியவரென்ற பேதங்களற்றிருக்கும்.

வரவேற்புக்கும் வரவேற்பின்மைக்கும் இடையில்
வருத்தத்திற்கும் மகிழ்ச்சிக்கும் இடையில்
தத்தளித்துக்கொண்டிருக்கிற விதியில்
இப்படித்தான் எம்முடைய வழி நெடுகத்
துக்கம் தின்று கிடக்கிறோம்.

○

யார் யாரோடு யாராகினர் யாவரும்

வாடாத புற்களைக் கனவிற் கண்டேன்
மந்தைகள் இல்லை எங்கும்
புலியின் மணமே வீசியது காற்றில்.

கண்ணீர் முற்றி வெடித்துப் பறக்கிறது காற்றில்
சிதறிப் பரவுகிறது எங்கும் நெருப்பினாலான துகள்.

யார் என்னோடு வந்தது?
யார் இடையில் பிரிந்து சென்றது?
யார் இன்னும் வந்து கொண்டிருப்பது?

நான் யாருடன் சென்றேன்
இன்னும் யாருடன் சென்று கொண்டிருக்கிறேன்
இன்னும் யாருடன் செல்ல வேண்டும்?

நாளை என்பதென்ன நிழலற்ற கோடையா?
இன்றென்பது என்னவாயிற்று?
கொப்பளங்கள் உடைந்து பாயும் சீழில் முளைத்த காளானில்
தன்னுடலைக் கொண்டதா எல்லாமும்?

பகிர்ந்துண்ட வேளையில்
முள்ளைச் சேர்த்தது யார்?
படுத்துறங்கும் வேளையில்
நெருப்பை மூட்டியதேன்?

விரைந்து வரும் பஸ்ஸினுள் அந்தப் பெண்ணிருந்து சிரித்தாள்
அந்த நாள்
பலவாக நிறம்மாறி அவளின் சிரிப்பை வண்ணமாக்கியது.
பிறகெல்லோரும்
தூக்கத்திலிருந்து எழுந்தபோது
நள்ளிரவில் சூரியன் உதித்ததைக் கண்டனர்.

பசித்த விலங்கு எங்குமுண்டு
பசியோடலையும் விலங்கு எங்குமுண்டு
என்று சொல்லிக்கொண்டே அவரவர் தம்மிடந் தேடினர்

நான் எங்கே செல்ல வேண்டும்
அவர்கள் எங்கே செல்ல வேண்டும்
யார் யாரோடு இன்னும்?

◯

  கருணாகரன்

ரப்பர் கிளிகள்

மழையும் வெயிலுமாக இருந்த
காலையில்தான் அவர் வந்திருந்தார்
அந்தச் சேதியுடன்.

நீரோடாத நதிக்கரையில் வளர்ந்திருக்கும்
தொடர்மாடிக் குடியிருப்பில்
பிளாஸ்டிக் பூஞ்செடிகள் வளர்க்கும் மகளைப் பார்த்துச்
சிரித்தார்.

"அழகான அந்தச் செடிகள்
ஒரு போதுமே வாடாது"
என்றாள் மகள்.

"ஓரக் கூடத்தில் தொட்டிச் சதுரத்துள் நீந்தும் மீன்கள்
சமுத்திரத்தின் ஆழத்தையும் அதன் பரப்பையும்
நீந்தி அறிவ"தாகச் சொன்னாள்.
"அதுவே அவற்றின் குதூகலம்" என்றாள்.

"இல்லை,
இந்தச் சதுரத்தைத் தகர்த்து வெளிச்செல்லத்தான்
எக்கணமும் இந்தத் துடிப்பு" என்றாரவர்.

நடுக் கூடத்தில் சின்னஞ்சிறிய நீள்சதுர வெளியில் ஒளிரும்
பச்சைத் தோட்டத்தில் வெண்டியும் கத்திரியும்
'மெகா' காய்களுடன் வளர்கின்றன,
"பாருங்கள் என் புதிய தோட்டத்தை" என்றாள் மகள்.

"இது பிளாஸ்ரிக் யுகத்தின் விளைச்சல்" என்றார் தந்தை.

வீடான உலகத்தில் ரப்பர் கிளிகள்
சத்தமிட்டு ஒலியெழுப்பின.

O

ஆதிகோயில் வளாகத்திலிருந்து வெளியேறிய கிறிஸ்து

ஆதிகோயில் வளாகத்திலிருந்து வெளியேறிய கிறிஸ்து
என்னைக் கண்டு புன்னகைத்தார்.
'ஐந்தாவது அகிலத்தைப் பார்க்கலாம் வா' என்றார்.

'சிலுவையில் அறைப்படுவதற்கு முன்
ஒரு கிண்ணம் மதுவருந்தலாம்
அல்லது
ஒரு கோப்பைத் தேநீர் பருகலாம் வருகிறீர்களா' எனக்
கேட்டேன்.

அதற்கிடையில் அங்கே
ஒரு முதிய மதகுரு வந்து கிறிஸ்துவை வணங்கினார்.

கிறிஸ்துவின் கவனம் வேறெங்கோ நிலைத்தது.

தெருவில் காய்ந்துகறுத்துக் களைத்துப் போய் வந்த
விவசாயியைக் கண்டதும்
கிறிஸ்து என்னை விட்டுப் போய்விட்டார் அவனிடம்.
அவனுடைய கைகளைப் பற்றிய அவர்
அருகிலிருந்த மரத்தின் கீழே அழைத்துச் சென்று
மரத்திலிருந்து கனிகளைப் பறித்து அவனிடம் கொடுத்தார்.

"கனி நிரம்பிய சாற்றில் அந்த விவசாயியின் முகத்தைக்
காண்கிறேன்
விதைகள் ஒவ்வொன்றிலும் விவசாயியின் இதயம் உள்ளது
வாருங்கள் உங்களுக்கும் ஒரு கனி" என்றார்.

நான் கிறிஸ்துவின் பக்கமாகச் சென்றவேளை அங்கே
நான்கு குழந்தைகள் அவருடைய மடியில் விளையாடிக்
கொண்டிருந்தன
கனிகளை அவர் பறித்துக் கொடுத்துக் கொண்டேயிருந்தார்.
அந்த வழியே களைத்து வந்தாள் ஒரு மெல்லிய பெண்
அவளுடைய கண்கள் பசிக் கலக்கத்திலிருந்தன
அந்தப் பெண்ணுக்கும் கனிகளைக் கொடுத்தார்.

அவளின் குளிர்ந்த கண்களின் வழியே வெளியேறி
நடந்து கடற்கரைக்கு வந்திருந்தோம்.

வலைகளை இழுத்துக்கொண்டிருந்த மீனவர்களிடம்
சென்ற கிறிஸ்து
"கடலோடிக் காய்ந்த கைகளில் துடிக்கும் மீன்கள்
வாழ்வின் ரகசியம் அறிவீர்" என்றார்.

துடிக்கும் மீன்களின் கண்களில் கண்டேன் அக்கணம்
சிலுவையிலறையப்படும் கிறிஸ்துவின் துடிப்பை.

○

குருதி முத்து

இவ்விரவில்
காயம் பெருத்த பசுவொன்று கட்டையில் கிடந்து
துடித்தது வலி பெருக்க.

நாய்கள் குரைத்து இருளை நிரப்பும் நேரத்தில்
காற்றைத் தறித்து வழியில் குருதி தெறிக்க வீசும் உன்மத்தத்தோடு
தெருவில் போனாரா இல்லை இருளில் மறைந்தாரா
ஏதுமறியேன்

யாரோ எதற்கோ
இரத்தத் தினவோடு போனதைக் கண்டேன்
காற்றறைந்துரைத்தது கடந்த காலத்தை
இருள்வந்து நிறைந்தது நிகழ்காலத்தில்.

"தூர்ந்து போன பதுங்குகுழியைச் சுத்தப்படுத்தவா?"
மீண்டும் கேட்டாள் மனைவி

வியர்த்த உடல் நெருப்பில் தகிக்க
அறுந்த செருப்பை அள்ளிக் கையில் ஏந்தி
"இந்தா என் பிச்சை" என்றுரைத்த
பெண்ணைப் பார்த்தேன்.

அவள் விழியில் நூறாயிரம் தீக்கனல்கள்
அவள் இதயத்தில் நூறாயிரம் கண்ணீர்ச் சுனைகள்
அள்ளி முடியாக் கூந்தல் அசைந்தாடிட
காலப் பெருந்தேவியெனக் கூக்குரலிட்டலறினாள்
அப்பெண்,
அவளே இக்காலத்தின் அகாலம் என்றுணர்ந்தேன்.

சொல்லவில்லை எதுவும்
யாரிடத்தும்
எதனிடத்தும்.

  கருணாகரன்

யாரிடத்திலுமில்லை விதிமாற்றும் நல்ரேகை எதுவும்
என்பதால் அள்ளுண்டு செல்லும் சருகு
காற்றிடை, அலைவுறும் நீரிடை
என்பதுவாய்...
காணத் தகாதன கண்டேன் இவ்விரவில்.

விளக்கணைத்துப் பாயில் வீழ
வெள்ளிகள் உதிர்ந்து நோயில் வீழ்ந்தன.
காலை அவிழவில்லை
என்றிருந்த இரவு முழுதும் யுத்தப்பேரிகையின்
முழக்கங்கள் ஓயாதிரைந்த கடல்.

இன்னும் யார் கண்களில் தூண்டில் விட்டு
விளையாடுவது?

சீனப் பயலா, இந்தியச் சக்கவர்த்தியின் பேரனா?
அமெரிக்கக் கிழவனா?

ஓ... நானிருப்பது இந்து சமுத்திரத்திலன்றோ...
அதில்
ஓர் இரத்த முத்தல்லோ... என் நாடு

○

ரத்தப்பெருக்கு

ரத்தத்தில் மிதக்கும் காஸாவில்
என்னுடைய குழந்தை தீயில் எரியக் கண்டேன்
எரியும் குழந்தையின் அழுகையிலிருந்து வடிந்த குருதி
அந்தக் கொடும்பாலையில் பாய்ந்து
என் காலடியில் உறைந்தது
உங்கள் காலடியிலும் உறைந்தது.

நீங்கள் அதை உற்றுக் கவனித்தபோது
அது உங்கள் குருதிதானென்பதை உணர்ந்தீர்களா?
உறைந்த குருதி ஒரு குழந்தையாகிச் சிரித்ததை
நீங்கள் அறிந்தீர்களா,
அது உங்கள் குழந்தையுடைய
கலைந்த சிரிப்பின் இறுதிச் சித்திரம்தானென்றும்.

அந்தச் சிரிப்பொலி மெல்ல அடங்கி
அழுகையாகி விசும்பலாகி
உங்களைக் கொண்டு சென்றது
இடிந்தழிந்த பதுங்குகுழியிடம்
நீங்கள் கடந்துவந்த பிணங்களிடம்
இன்னும் கடக்க முடியாதிருக்கும் பிணங்களின் காலத்திடம்.

கண்ணீரும் தீயும் புகையும் சமநேரத்தில் வானை நிறைத்து,
உலகையும் நிறைத்தது
உங்கள் இதயத்தின் ஒவ்வொரு அறையிலும்
தானியங்களுக்குப் பதிலாக
பதிலற்ற கேள்விகள் வலியோடு நிரம்பிக் கிடந்தன.

நெருப்பிலெரிந்தழிந்த கடந்த காலத்திலிருந்து
யாரும் மீளவில்லை
எரிந்துகொண்டிருக்கிறது நிகழ்காலமும்.

எரிந்தடங்கும் நிகழ்காலத்தின் சாம்பலில் மிதக்கிறது
கடந்த காலம்.

நிகழ்காலம் எரியும்போது எதிர்காலம் மிஞ்சுவதெங்ஙனம்?

எல்லாக் காயங்களையும் பார்த்துக்கொண்டு நிற்போரின்
கண்களில்
காஸா தொடக்கமுமில்லை முடிவுமில்லை என்று நீளும்
கொடுமுட்கள்
பெருங் காடாகி வளர்ந்திருக்கக் காண்கிறேன்

நமது கடந்த காலம் இன்னும் முடிவறாது முள்ளாக
நீள்கிறது.

விசித்திரமானதும் அபாயமானதும் என்று அஞ்சும் கடந்த
காலத்தை
நம்முடைய காயங்களின் நீட்சி
ரத்தப் பிசுபிசுப்போடு இன்னும் வைத்திருக்கிறது
காஸாவில்.

அடங்கவில்லை ரத்தப்பெருக்கு
இந்த ரத்தப்பெருக்கின் விதி எங்கு முடிவுறும்?
எப்பொழுதிது ஆறும்?

○

இரவு

இன்னும் யாரும் வரவில்லை
நீண்டதிந்தப் பின்னேரத்தில்.

காத்திருந்தோம்
வரவில்லை யாரும்.

பிறகும் பிறகும் காத்திருந்தோம்
வரவில்லை யாரும்

அந்தி இரவாயிற்று
நீண்டதந்த இரவில்
வரவில்லை யாரும்

இரவு நீண்டது
நீண்டதவ்விரவில்
யாருமே வராத அவ்விரவில்
அலறிப் பறந்தொரு காக்கை.

அந்தக் காக்கை மரத்தைவிட்டுப் பெயர்ந்தபோது
மரம் அலறியதா?

பறந்த காக்கை வானத்திலும் அலறியது.

வானம் அலறியதா?

என்றறியக் காக்கைச் சிறகில் அசைந்த
காற்று அலறியது

அலறியதவ்விரவு
யாருமே வராத அவ்விரவு

யாருமே வராத அவ்விரவு
இன்னும் காலையாக வில்லை

◐

  கருணாகரன்

நெருப்பிடம் கேள்வி

நெருப்பிடம் கேட்டேன்,
வன்மத்தைச் சுமந்தலைவோரிடம் குதூகலித்திருப்பதேன்?
கண்ணீரைச் சுவைப்பதிலுள்ள வெறியென்ன?
அழுகையையும் அலைச்சலையும் வேடிக்கை
                              பார்ப்பதிலென்ன சுகம்?

ஒருநாள் என்னுடைய வீட்டின் மீது எரிந்தாய்
பிறகொருபோது நகரில்
பின்னொருபோது நம் தோழரின் தெருவில்
பிறகொரு பொழுதில் சிறைச்சாலையில்
வன்னியில், தர்கா நகரில், பேருவளையில்,
தர்மபுரியில், வெண்மணியில்...
காசாவில்...
எங்காவது ஒரு கூரையின்மீது யாருடனோ கூடிக்
கூட்டாகிக் குதூகலித்திருப்பதேன் சொல் தீயே..!

இதயத்தின் வெம்மை தாங்க முடியாது
சரிகிறேன் மணலில்
சுடுகிறது மணல், சுடுகிறது இதயம், சுடுகிறது நிகழ்காலம்,
சுடுகிறது வரலாறு
சுடுகிறது கண்ணிழந்த இந்த உலகமும்.

ரத்தத்தைத் தின்று சதிராடும் தீயே!
செத்த பட்சியெனப் படுத்திருக்கும் சாகஸப்பறவையே
ராட்சதச் சிறகை ஏன் விரித்தாய்
மனிதர் நிறைந்து பெருகிய வெளியெங்கும்?

எரியும் வாழ்வு சபிக்கிறது இந்தக் காலத்தை
எரியும் கனவு பலியின் மீது துடிக்கிறது
எரிந்தொளிரும் கணந்தோறும் ஒளிமிகக் கொண்டு
துலங்க வேண்டிய நிலமெங்கும்
இருளைப் பெருக்கிச் செல்லும் விதியை
ஏனின்று பெற்றாய் தீயே..?

○

கேள்வி

வழிப்பட்ட சுமைகாவி எதற்காகவோ அழைத்தான்

அவன் சிரிப்பதற்கும்
தன்னுடையைச் சரி செய்வதற்குமிடையில்
தத்தளித்துக் கடந்தது ரயிலொான்று.
அதன் கூவலோ தங்கிக் கரைந்தது
அந்த வெளிர்காலை ஒளி சுடர்ந்த மரங்களுக்கும்
சிறு புல்வெளிக்குமிடையில்
ரயிலைத் தினம் வழியனுப்பும் கீற்றுக் குடிசைகளின்
வாசல்களில்.

யாரும் வருவதற்கு முன் ஒளித்து விடுதெற்கு
இருந்த ரகசியங்களை அவன்
அங்குமிங்குமாக ஓடியோடிக் கூட்டியள்ளிக்
கொண்டிருந்தான்.
நீர்பெருக்காகிச் சிந்தியும் விலகியும்
வித்தையிட்ட ரகசியங்களோடு விளையாடும் சிறுபிள்ளை
குறும்பில்
அவனுடைய சுமைகள் கழன்று விலகிக் கொண்டிருந்தன
அங்கே.

தினமும் எங்கிருந்தோ வந்து சேரும் ரகசியங்களை
ரயில் விட்டுச்சென்றதா
வரும் பயணிகள் விட்டுச் சென்றனரா
என்றறியவில்லை அவன்.

அவனறிய இன்னொன்றும் இருந்தது

தினமும் அங்குமிங்குமாக அலைந்தோடும் ரயிலில்
கொடியசைப்போனும் கொடி காண்போனும்
பயணிதானா
அன்றி
ரயில் போலச் சென்று திரும்பும் இரும்புக் கங்குதானோ
அவரும் என.

கலைந்த உடையைக் களையத் துடிக்கும் காற்று சிரித்தது

போகும் ரயிலுக்கும் வரும் ரயிலுக்கும் அசையும் கொடிகளில்
எந்தப் பூக்கள் பூக்குமென்றும்
அதில் யார் தேனெடுப்பது என்றும்
தெரியாத கேள்விகளை யாரும் கேட்காதிருப்பது
ரயிலோடும் வரையில் ரயிலுக்கும் கொடிகளுக்கும்
அபாயமில்லை என்றும்.

○

தின்னத் திராணியற்றதொரு பண்டம்

அவ் வொலியின் அடிப்பரப்பில்
பசியின் வெடிப்புப் பாளங்கள் கொண்ட
பேரிருட் படிகம் பெருமூச்சிறைய
புலியின் கனற் கண்கள் தகித்தன.

தொடர்ந்து அன்பறியாச் சிரிப்பொலிகள்

கூடவே ரகசியப் பேச்சுகளும் முத்த வாசனையும்
முயங்கிச் சிதம்ப
களைத்த முகத்தில் விளைத்த மடிக்
கனதிப் பண்டம் சிந்திய
நாணயப் பூண்டு
வெட்கத்திலும் அவமானத்திலும் குறுகித் திமிறியது
                                        அவளிடம்.

வெட்கத்தையும் அவமானத்தையும் மறைக்கத் திமிர்ந்தவன்
விட்டறிந்த பறவை
கிடந்தலைந்தது விந்தின் நாற்றத்தில் உழன்று.

◯

                                        கருணாகரன்

மாலை நட்சத்திரம்

அந்தப் படகுகளில் இன்னும் ஒரு குரல்
அடங்காதொலிக்க
வீழ்கின்றது மாலை நட்சத்திரம்.
சூரியன் கடலுள் புதைந்து
மூன்று கணங்கள்தான் ஆகியிருந்தன அப்பொழுது.
ஒரு கடற்காக்கை
தன்னிணையைத் தேடிக்கொண்டிருக்கும்போது
அவர்கள் நான்கு கொலைகளை முடித்துத்
திரும்பியிருந்தனர்.

சிலுவைகளில் இன்னும் தொங்கிக்கொண்டிருக்கும்
கிறிஸ்துவுக்குத் துணையாகவா இந்தச் சிலுவையேற்றங்கள்?
அன்றி இந்தச் சிலுவையேற்றங்களுக்கு
ஆறுதலும் துணையும் தரவா
இன்னும் சிலுவையில் இருந்து கொண்டிருக்கிறார்
கிறிஸ்து?

பெருவேகம் கொண்டோடும் கார்களில்
ஆடும் சீலைப் பொம்மைகளும் வாசனைப் பேணியும்
பொருட்படுத்தவில்லை எதனையும்.

விலக்கப்பட்ட கனியைப் புசிப்பதற்கு
இனி யாரும் இல்லை என்று தெரிந்தது கிறிஸ்துவுக்கும்.

முடிவுறாமல் தொங்கும் சிலுவையிலிருந்து இறக்கி விடுவதற்கு
ஒரு விசுவாசமான சீடரும் தன்னிடம் இல்லாததைக்
கண்டு சிரித்தவர்
நெகிழ்ந்தார் கணமும்.

தன்னருகில் எப்போதும் துணைவரும்
சிலுவையேற்றங்களில் அவர் கண்டார் தன் தோழரையும்
சீடரையும்.

கீழ் மலைகளில் தவறிய ஆடு இன்னும்
சேரவில்லை மந்தையிடம்.

◗

பறக்கும் வாளைகளும் பறக்க மறந்த பறவைகளும்

ஓசையே எழாமல் பறந்து கொண்டிருந்தன
மஞ்சள் நிற வாழைகள்
பறவைகள் அந்த வாழை மரத்தின்மீது அமர்ந்திருந்தன

பறந்து கொண்டிருந்த வாளைகள்
எங்கே தரிக்கும்
எந்தக் கூட்டில் சென்று உறங்குமென்று
எந்தப் பறவைக்கும் தெரியவில்லை

ஆனாலும் பறந்து களைக்காமல் வானில் மிதக்கும் இதம்
பறவைகளைக் கிளர்ச்சியூட்டியது.

வானத்தையும் வெளியையும் கண்ட பறவைகள்
அதிசயமாகப் பார்த்தன அவற்றை
கீழே நிலத்தையும்தான்.

பறக்க மறந்த பறவைகள் வேறு என்னதான் செய்ய முடியும்?

◖

  கருணாகரன்

ஒரு தட்டுச் சோறு மிதந்து கொண்டிருந்தது அந்தச் சாலையில்

ஒரு தட்டுச் சோறு மிதந்து கொண்டிருந்தது
அந்தச் சாலையில்
பசியோடிருந்தவர்கள் வேறு தெருவுக்குப் போயிருந்தார்கள்.
யாரும் அன்று சரியாகச் சாப்பிட்டிருக்கவில்லை.
படையற் சோற்றை
வைப்பதற்காக காக்கைகளைத் தேடி அலைந்து கொண்டிருந்த
ஞானச்செல்வத்தைச் சுற்றி வளைத்து நின்றது பசியோடு
அவனுடைய நாய்.

காணாத காக்கைகளுக்காக கூரையில் படையலை வைத்த
பின்

வந்தமர்ந்து சோற்றுக்குள் கை வைத்தபோது
பசி விட்டுச் சென்றது நாயுடன்.

எழுந்து வெளியே வந்தவனைக் கடந்து
போய்க்கொண்டிருந்தவர்களின்
முகத்தில் தீராதிருந்தது நூற்றாண்டுகளின் பசிக்களை.

O

அது?

யார் பாடிக்கொண்டு செல்வது அந்தப் பாடலை?

என்ன பாடல் அது?

அழுகையொலியா? பிரார்த்தனையா? வசையா?

நீங்கள் பாடிய பாடல்தான் அது
என்பது உண்மையல்லவா?

○

நீங்காத காயம்

விலகிச் சென்ற பின்தான் பார்த்தோம்
அது ஒரு காயத்தின் வலியென்பதை.

பின்னிரவு வரை
அதன் நாவு நீண்டிருந்தது சாலை நீளத்துக்கும்
ஒவ்வொருவருடைய வீட்டுக்குள்ளும்
கொல்லைப்புறத்திலும்
அதற்கப்பால்
கிணற்றில் அள்ளிய நீரிலும் கூட.

அந்த நாட்களில்
வலியோடு கூடி வாழ்வதைப்பற்றியும்
வாழமுடியாதிருந்ததைப்பற்றியும்
எல்லோரும் பேசிக் கொண்டிருந்தார்கள்.

பின்னொருபோது
வலியைப்பற்றியோ காயத்தைப் பற்றியோ ஒருவரும்
அதிகமாகப் பேசிக்கொள்ளவில்லை.

ஆனாலும்
கடந்து செல்ல முடியாத காயம்
வலியோடு நின்று கொண்டிருந்தது
எல்லாத் தெருக்களிலும்
ஒவ்வொருவருடைய வீட்டுக்குள்ளும்
கொல்லைப்புறத்திலும்
அதற்கப்பால்
கிணற்றில் அள்ளிய நீரிலும்
வானத்தின் அடியிலும்
ஒவ்வொரு உயிருக்குள்ளும்.

○

மூடிய கண்கள்

எல்லாத் தீப்பந்தங்களும் எரிந்து முடிந்த பிறகுதான்
தெரிந்தது இருளின் வலிய கைகள் எப்படியென்பது

இன்னும் கண்களை மூடிக்கொண்டு
காட்சி காண்போரிடம் இருளின் வலைகள்
ஏராளமுண்டென்பதும்.

○

  கருணாகரன்

வெளியும் பாலையும்

காட்டாறு பெருகியோடியது காடெங்கும்
தன்னடிவேரை ஆறு அரித்துக் கொண்டிருப்பதன் துயர்
கண்டு
கலவரமுற்ற காடு உள்ளே கொதித்தது.
தன்னடிவேரோடுலவும் மிருகங்களின் கலவரத்தைக் கண்டு
தன்னுள் அடைந்த பதற்றத்தை அடக்க முடியாமல் திணறியது

பின்னொரு நாள்
காட்டாறு வடிந்து காய்ந்த
காடெங்கும் நெருப்புப் பற்றியெரிய
அன்றும்
தன்னடிவேரோடுலவும் மிருகங்களின் கலவரத்தைக் கண்டு
தன்னுள் அடைந்த பதற்றத்தை அடக்க முடியாமல் திணறியது

வேர்கொண்டெழுந்த மரமெல்லாம்
கருகிப் போதல் கண்டு விம்மித்துடித்த காடு
அழிந்து படுத்த பின்னானது
வெளியும் பாலையும்.

○

நிகழ்ந்தது

யாரும் எதிர்பார்க்கவில்லை
அப்படித்தான் அது நிகழுமென்று
ஆனால், அது நிகழ்ந்தது

நீங்களும் நானும் சாட்சிகளாயிருந்தோம்
உங்களுக்கும் எனக்கும் சாட்சியாயிருந்த தது.

அப்படித்தான் அது நிகழ்ந்து கொண்டிருந்தது
தியானத்தினுள்ளே சுடரும் ஒளியாய்.

கடலில் விளையாடிய வாழைக்குட்டிகள்

அந்த வாழைக்குட்டிகள்
கடலில் குளித்து விளையாடிக் கொண்டிருந்தன
மீன்களோடு.

வாழைக் குட்டிகளோடு விளையாடுவதில்
மீன்களுக்குக் கொள்ளை குதூகலம்

நீங்கள் நம்பவில்லை என்பதற்காக
மீன்களோடான விளையாட்டை நிறுத்திவிட முடியுமா
வாழைக்குட்டிகள் ?

○

பண்டம்

புகையும் சருகுமாயிருக்கும் அந்த உடலை எடுத்து முத்தமிடு.
பழங்களின் வாசனை வருகிறதா?
அதுதான் அவள் வளர்த்திருக்கும் பழத்தோட்டம்.

குளிரும் இதமும் நிறைந்ததுபோல உணர்கிறாயா?
அதுதான் அவளுடைய தோப்பும் நீர்ச்சுனையும்.

வண்ணங்களும் தூய்மையும் அந்த உடலில் தெரிகிறதா?
வரைபடங்களுக்கு வெளியே வைக்கப்பட்டிருந்த அவள்
                                      மனதின் நிழற்பிரதியது.

இசையும் பாடலும் நீரோட்டமும் கேட்கிறதா?
அவளன்பின் சாயல்களும் பேரழகு முத்தமும்
பெருகியோடும் துயரப்பேராறும் அதுவன்றோ.

உணவின் மணமேதோ உன்னைக்கிறங்கடிக்கிறதா?
அதுவே ஊணாகிய அவளுடல்.

நூறாண்டுகள் பல சமைத்துக் களைத்தவள்
தன்னுடலையே சமைத்தளித்துள்ளாள்
உப்பும் புளியும் உள்ளடங்கிப் பல் சுவையாகிய பண்டத்தை
ருசி! ருசி!!

ஒரு கணத்தில் திடுக்கட்டலறிப் பின்னகர்வதென்ன?
காலமுழுதும் அவளுண்ட நெருப்பின் கதகதப்பைத் தாங்க
                                      முடியாமலா?

◯

மலைவாசம் கடலில்

மலை கரைந்து நதியாகிக் கொண்டிருந்தபோது
அந்த நதியில்
வேர்கொண்டெழுந்தன நெடுமரங்கள்.
கரையும் மலையைப் பற்றிய எந்தக் கவலையும்
எந்த மரத்துக்குமில்லை
துளிர்க்கும் ஆவலே அவற்றின் துடிப்பு.

கரைந்த மலை கலந்து கொண்டிருந்தது கடலில்.
கடலில் கரைந்தன மரங்களும்
அவற்றின் மலை ஞாபகங்களும்.

மரங்களின் வேரும்
வேரடி மண்ணும் மணத்தது கடலெங்கும்.

புதிய வாசனை எழுந்ததை எண்ணி வியந்த மீன்கள்
அதைச் சொல்லத் துடித்தன கடலுக்கு அப்பால்.

அதைத்தான் கேட்டுவந்தேன் நான்.

○

யாருக்காகவோ!

மழை பெய்து கொண்டிருக்கிறது
ஊரின் வெளியே.

யாரெல்லாமோ வருகிறார், போகிறார்
ஏனின்னும் அவர் வரவில்லை?

சந்தடி நிறைந்த தெருவில்
என்னென்ன நினைவுகளோடும்
எத்தனை ஆயிரம் எண்ணங்களோடும் ஒவ்வொருவரும்
விரைந்து கொண்டிருக்கிறாரோ..!

அவர் எதை நினைத்துக் கொண்டிருப்பார்?

எதையுமே எண்ணாமல் தியானச் சுடராய்
இருக்கும் பயணவழி சென்றாரோ!

காத்திருக்கிறேன் இந்தத் தேநீர்க்கடையின் முன்னே
மாடுகளைச் சாய்த்துப் போகும் மேய்ப்பனின் பின்னே
தயங்கிச் செல்கிறதா மெல்லக் கரைகிறதா மாட்டு மனம்?
ஓரடியுமில்லை இந்தத் தார்ச் சாலையில்
என்றபோதும்
வழிமுழுதும் குழம்படிகள் பெருகிக் கிடப்பதாக
மனதில் பெருக்கெடுக்கிறது ஒரெண்ணம்.

வரவில்லை அவரின்னும்.

நீண்ட அந்த மதியத்தின் பின் விரிந்த
கோடையைப் போன்ற மாலையில்தான்
அந்த நெருப்பு மூண்டது
ஆறுபேரைத் தின்று நூறு வீடுகளைச் சாம்பலாக்கிய நெருப்பு.

இன்னும் இந்தத் தேநீர்க்கடையில்
ஆவி பறந்து கொண்டிருக்கிறது
யாருக்காகவோ.

◗

 கருணாகரன்

அலைகளின் முகவொளி

வாலிலே ஊஞ்சல் கட்டிப் பாடியபடி
எங்கிருந்து வந்தது இந்த மஞ்சட் குருவி?

இரவெல்லாம் பாடிய பாடலை
இந்தக் கடற்கரையில் ஏன் விட்டுச் சென்றான்
அந்தப் படகோட்டி?
விட்டுச் சென்ற பாடல்களைக் கொத்தித்தின்ன
துடிக்கின்றன மீன்கள்
கடற்பறவைகள் அந்தப் பாடல்களுக்காகவே
வட்டமிடுகின்றன.

பாடல்களைத் தூண்டிலில் வைத்தே
மீன்களை இழுத்தவன்
இரவிலே
அலைகளில் குதித்த நட்சத்திரங்களை மீன்களாக்கியவன்
எந்த வலையில் இன்று சிக்கினான்?
எந்த அலையில் அள்ளுண்டு போனான்?

மீன் வாசமும் கடல் வாசமும் அவன் நினைவும் கலந்ததா
இன்றிந்தக் கடல்
இந்தக் கரை
இந்த அலைகளின் முகவொளி?

○

கூவல்

மருத மரநிழலில் முளைத்து
பெருகியோடும் ஆற்றில் மிதந்து வரும்
காதலின் குரல்
ஒரு குயிற் கூவலா?
மயிலின் தனி இறகொன்றா?
காட்டு மலரொன்றின் நிறப் பிரிகையா?
ஒரு மழைத்துளியின் ஈரமும் வெம்மையுமா?

இப்படித்தான் புரியாத கேள்விகளின் வெம்மையோடு
காட்டின் ஓரம் நடந்து
நினைவின் மையத்தில் இறங்கினேன்.

அங்கே ஆழப் புதைந்த படிக்கட்டுகளில்
மங்கலாய்த் தெரிந்தன
வயற்காவற்காலப் பிராயத்தின் சின்னஞ்சிறு குருவிகளாய்
நாமிருந்து இட்ட முத்தங்களும்
மருதங்காட்டில் கிளிகள் வைத்திருந்த
கொவ்வைப்பழச் சிவப்பும்.

◯

  கருணாகரன்

கொலை

இன்று முழுதும் என்னைக் கொன்று கொண்டிருந்தேன்
மற்றவர்கள் என்னைக் கொல்வதையும் விட
நானே என்னைக் கொல்வது சுலபமாக இருக்கலாம்
அது நல்லதும்கூட என்றெண்ணினேன்
ஆனால் அது மிகக் கடினமாக இருந்தது.

ஒரு கொலையைச் செய்வதற்கும்
அதை நிராகரிப்பதற்குமாக
ஒரு பெருங்கோழையும் மகா வீரனும் தங்களுக்குள்
சண்டையிட்டுக்கொண்டிருந்தார்கள்.

வீரனை வீரனல்லாதவன் தோற்கடித்தான் இறுதியில்

அதற்கிடையில் நான்கு எறும்புகள் என்னைக்
                          கடித்துக்கொண்டிருந்தன
ஓ... அவை தங்களின் சக்திக்கு ஏற்ப என்னைக் கொல்ல
                          முயன்றிருக்கலாம்.
அதற்குள் நான் எறும்புகளைக் கொன்று விட்டேன்.

எறும்புகளைக் கொன்றவன்
வீரனா வீரனல்லாதவனா?
என்று யோசித்துக் கொண்டிருக்கும் நான் இப்பொழுது
பிணமா இன்னும் கொல்லப்படாதிருப்பவனா?

○

இரத்தமாகிய இரவும் பகலுமுடைய நாள்

இரத்தமாகிய இரவும் பகலுமுடைய நாளது

உத்தரித்த மாதா கடலில் பாய்ந்தாள்
உத்தரிக்க முடியாதவன் ஆற்றிலே வீழ்ந்தான்
பனைகளைத் தறித்துப் பதுங்கு குழிகளின் மேலே அடுக்கியவர்
சாவினைப் படிக்கட்டின் வழியே அணைத்தனர்.

மரணச் சுமையேறிய கடற்கரை மணல் மேட்டில்
பட்டிப்பூக்களின் நடுவே
நெருப்பைத் தின்னும் வாழ்க்கையின் நுனியில்
அறுந்து தொங்கிச் சிதைந்த கனவிலும்
மூண்டிருந்தது தீ.

அதிலிருந்து வீசிய
மரண நெடியில்தான் எல்லாக் கொடிகளும் பறந்தன
அதில்தான் எல்லாக் கொடிகளும் எரிந்தன.

மரணக்குழியும் பதுங்குகுழியும் மலக்குழியும் சமையற்குழியும்
ஒன்றாயிருக்கக் கடவது என்றிருந்த விதியை
மீறமுடியாத மனிதரின் முகங்களில் பேய்கள் அறைந்தன
மனங்களில் தெய்வங்கள் செத்து மடிந்தன.

செத்து மடிந்த தெய்வங்களின் பிண நாற்றம்
இன்னும் அடங்கவில்லை
நெருப்பைத் தின்னும் வாழ்க்கையும் மாறிடவில்லை.

◯

பகல் விழி

அது ஒரு நடுப்பகல்
ஆனால் அப்பொழுதுதான் சூரியன் உதித்துக்
கொண்டிருந்தது.

கடலிலிருந்து துள்ளித் துள்ளி வந்து கொண்டிருந்த
மீன்களிடம் வழி கேட்டான் நண்பன்
ஒரு மீன் சிரித்தது.
இன்னொன்று நகரத்துக்கு வழியா கடலுக்கு வழியா
என்று கேட்டது.

மீன்களின் பேச்சொலியைக் கேட்ட நாய்கள்
ஓடிவந்து அங்கே கூடின
அது ஒரு நடன நிகழ்வாக மாறியிருந்ததை அப்பொழுது
கவனித்தேன்.

இரவு முழுதும் உறங்காச் சூரியன் எங்களோடிருந்தது
கடலின் கதைகளைச் சொல்லிக் கொண்டிருந்த மீன்களிடம்
சமுத்திர வழிகளை அறியத் துடித்துக் கொண்டிருந்தது இரவு.

நாங்கள் அதிகாலையில் விடைபெற்ற பொழுது
மாலை மங்கி, நிலவெழுந்தது.

எல்லா நிகழ்ச்சிகளும் நடந்தது
எந்தப் பொழுதில் என்று தெரியாமல்
அன்றைய நாட்குறிப்பை
நட்சத்திரங்கள் மின்னிக் கொண்டிருந்த பகலில் எழுதினேன்.

◐

அதனால்

அதனால் வண்ணத்துப் பூச்சிகள் துக்கமாகப் பறந்தன
அதனால் பாம்புகள் நகரத்துக்கு வந்தன
அதனால் விளக்கில் இருள் குடியிருந்தது
அதனால் அந்தக் கொலையை அவள் செய்ய மறுத்தாள்
அதனால் அந்த முத்தம் மறக்கப்படலாயிற்று
அதனால் இருவரும் அன்றைய உணவைப்
                        பகிரமுடியாதிருந்தனர்
அதனால் பொதுக்கழிப்பறை சுத்தமாக இருந்தது
அதனால் படையதிகாரி தன்னைத்தானே சுட்டுக் கொன்றான்
அதனால் நீண்ட நேரமாகக் காத்துக் கொண்டிருந்தவள்
திடீரெனத் தற்கொலை செய்து கொண்டாள்
அதனால் அது திரும்பிப் பெறப்பட்ட பரிசாகியது.

◯

தேன்கூட்டுச் சடலம்

கொன்ற பிணத்தை மொய்த்துக்கொண்டிருந்தன
வண்ணத்துப் பூச்சிகள்.
அந்தப் பிணத்திலிருந்து வடிந்து கொண்டிருந்தது தேன்.
ஊன்றிக் கவனித்தபோது,
அது ஒரு தேன்கூடாக மாறிக் கொண்டிருந்தது.

பிணத்தை அலங்கரிக்க வந்தவன்,
தேனை எடுத்துச் செல்லலாம் என்று எண்ணியபோது
அந்தக் கணமே துக்கத்தின் வேர்கள் அவனுடைய
தொண்டையில் இறங்கின.

பிணத்தை அலங்கரிப்பதுன் தொழில்
தேனெடுக்க வாய்த்ததுன் யோகம்
என்ற குரல்கள் அவனைத் தடுமாற வைத்தன.

தான் இப்பொழுது என்ன செய்யலாம் என்று
அந்தப் பிணத்திடம் கேட்டுக்கொண்டிருந்தான்.

கொல்லப்பட்ட பிணம் சட்டத்தின் பிடியிலிருந்து
எப்போது விடுபடும் என்று யாருக்கும் தெரிந்திருக்கவில்லை
ஒரு தேன்கூடு எப்படிக் கொல்லப்பட்டிருக்கலாம் என்பது
                                    எதிர்காலத்தில்
கேள்வியாக எழுக்கூடிய சாத்தியமும் உண்டு.

◯

முறிவு

இந்தப் பாதையில்தான் பிரிந்து சென்றீர்கள்.

நினைவைக் கொல்வது கடினம்
என்பதால் மறக்க முடியாதிருக்கிறது
இந்தப் பாதையையும் அதில் பதிந்திருந்த சுவடுகளையும்
நிகழ்ந்த பிரிவையும்
அப்போது சிந்திய கண்ணீரையும்
இதயத்தின் குருதியையும்
முடிவற்று நீண்ட விசும்பலையும்
கொழுந்து விட்டெரிந்த வன்மத்தையும்.

என்றாலும் ஒன்றும் ஆகிவிடப்போவதில்லை
நினைவுகள் எப்போதும் மறக்க முடியாதெனினும்
மறைக்கக்கூடியன என்பதால்
கடந்து செல்லக் கூடியதாயிற்று எல்லாவற்றையும்.

எனினும் நிழலாக எங்கும் சிந்தியிருக்கின்றன
பிரிந்து செல்ல முன்
நீங்கள் சிரித்த சிரிப்பொலி

அங்கே பிறகு என்ன நடந்தது
என்று யாருக்கும் தெரியவில்லை.

இப்படித்தான் நிகழ்ந்து கொண்டிருக்கின்றன
எப்போதும் ஒவ்வொரு வழியிலும்
பிரிந்து செல்லும் நிகழ்ச்சிகள்.

○

போகாத குளிர்

இன்னும் குளிர் நீங்கவில்லை
அதிகாலைப் பனியில் விறைத்திருக்கும்
                     தண்டவாளங்களின்மீது

தொலைவோடி வந்த றெயின்
நின்றது.

இன்னும் சூடாறவில்லை.

அருகே,
புற்காட்டின் நடுவே செல்லும் ஒற்றையடிப்பாதையில்
காணாமற் போனவனைத் தேடி
வந்து கொண்டிருப்பவளின்

கண்களில் நீர்
இதயத்தில் நெருப்பு.

○

கண்ணாடி நதி

ஆழத்துள் மிதந்து கொண்டிருக்கும் படிகளில்
பறவையின் சாயலில் நீந்திக்கொண்டிருக்கிறேன்
மீனல்ல நான்
பறவையுமல்ல
காட்டு விலங்கின் உயிர் முடிச்சில்
அவிழ்ந்து மலரும் கனவில்
சிந்திய மலரின்
சிந்திய துளியில்
சிந்திய அமிர்தம்.

இரவைக் கண்களில் சூடிக் கொண்டு வரும்
பெண்மலரை அணைத்துச் சுகிக்கும்
தென்னங்கன்றின் அருகில்
ஒரு குழி செண்பக வடிவல் உள்ளது.
அதனுள்ளே
பறந்து கொண்டிருக்கிறது நீலப்படகொன்று.
அதில்தான் நானும்
நீங்களுமாகப் பேசிக்கொண்டிருக்கிறோம்
அங்குமிங்குமாக பறந்தலையும்
நம் வார்த்தைகள்
ஒரு சிவப்புக்கோடாகிப் பின்
நெடுஞ்சாலையாகிக் கொண்டிருக்கிறது.
அதன் பின்
அந்தச் சாலையில் நாங்கள் செல்ல முடிவெடுக்கிறோம்.

அந்தக் கணத்தில்தான்
நம் முன்னே சிறகை விரித்துப் பறந்தது அச்சாலை

விட்டுச் சென்ற சாலையின் கீழே
நாங்கள் ஆனந்தமாகக் கட்டியணைத்துக் கொண்டோம்

   கருணாகரன்

பிறகு
ஆடைகளைக் கொண்டு வந்து தந்த பெண்மலரிடம்
ஒரு குவளை நீரைக் கேட்டுக் குடித்தேன்
கண்சிமிட்டிய நீர்க்குவளை
தண்ணீரில் தாளமிட்டது
நாங்கள் கூடியிருந்து அந்த இசையைக்
கேட்டுக்கொண்டிருக்கையில்
படிகளில் நீர் மிதந்து
ஆழத்துள் உறையக் கண்டேன்.
கனவின் துகள் ஒன்றையும்
தாளத்தின் மீதியையும்
பறந்து கொண்டிருந்த சாலையின் இறகு நுனியையும் கூட.

தண்ணீரில் நடனமாடும் புல்லாங்குழல் இசை
உருகி உறைந்து கொண்டிருந்தது
சிற்பமாக.

அந்தச் சிற்பத்தில் ஆழ்ந்துறங்கியது
அந்தப் பெண்மலர்
அதன் கண்களில் கனவாகிக் கொண்டிருந்தேன் நான்
என்னில் இருந்து பெருகிக்கொண்டிருந்தது
கண்ணாடிப் பெருக்குடைய நதி
அந்த நதியில்தான் நீங்கள் இறுதியாக நீராடினீர்கள்.

◑

உறவு

மகரந்த மணிகளைச் சேகரிக்கும் வேலையொன்றைப்
பெற்றுத்தருவதாக என்னைக் கூட்டிச் சென்றாள்
மரப்பாலத் தெருவிலிருந்த அந்த மாடிவீட்டிற்கு.

அங்கே பொம்மைகளும் அலங்காரப் பொருட்களும்
மெதுவான ஒளியில் மினுங்கும்
மதுப்புட்டிகளும் ஆஸ்ட்ரேயும் இருந்தன.

பெரிய சுவர்களின் பெரிய படங்கள்
யாருக்காக என்று தெரியவில்லை.
சாப்பாட்டின் அலங்கார வாசனையும்
பழங்களின் மிதமான இனிப்பு மணமும்
அமைதியைச் சிதைத்து விடாதபடி
ஒலித்துக்கொண்டிருந்த ஏதோ பாடலொன்றும்
அங்கே மிதந்தன.

ஒரு கிழவரும் இரண்டு சிறுவர்களும்
ஒரு குழந்தையும் இருந்தனர்.
நள்ளிரவில் தளர்ந்து வந்து
பிந்திய காலையில் எழுந்து பதறியபடி
எல்லோருக்கும் கட்டளையிடும் ஒரு ஆளும்
அவருக்குக் கீழ்ப்படிய மறுக்கும் ஒரு பெண்ணும்
அங்கே இருந்தனர்.

அங்கேதான் அழுக்குப் பெட்டியும் கூப்பைக் கூடையும்
இருந்தன.

அந்தரத்தில் ஆடிய அந்த வீட்டில்
அம்மி ஆட்டுக்கல் துடைப்பம் அழுக்குத்துணிகள்
நீர்வாளி பூஞ்செடி எல்லாவற்றையும் காண்பித்தவள்
ஒரு எறும்பாக்கினாள் என்னை
தேனியாகினேன் நான்.

  கருணாகரன்

அழுக்கைத் தின்னும்போதெல்லாம்
எதுவும் தூய்மையாகும் என்பதைக் கண்டேன் அங்கே.
எப்போதும் வந்து விழும் கட்டளைகளையும் மீறி
சாப்பாட்டின் அலங்கார வாசனையும்
பழங்களின் மிதமான இனிப்பு மணமும்
குழந்தையின் சிரிப்பும் என்னைக் குப்புற வீழ்த்தியதா
அல்லது அந்தரத்தில் மிதத்தியதா என்றறிய முடியவில்லை.

எல்லாவற்றிற்கப்பாலும் தூக்கத்திலும் விழிப்பிலும் ஒரு
நாயும் இரண்டு பூனைகளும் நானும்
ஒன்றாகியிருந்தோம்.

○

தவறிச்சென்ற வழி

வெள்ளரிப் பிஞ்சை எடுத்து வெயிலைச் செய்தவன்
ஒரு குழந்தையாகி கடைத்தெருவழியே
                    போய்க்கொண்டிருந்தான்.
இதமான மீன் வாசம் வீசியது பூந்தோட்டத்தில்.

பூக்களெல்லாம் மீன்களாயின.
மீன்களில் பூவாசம் வீசியது.
'இதுதான் முதலாம் புணர்ச்சி'யென்றார் மகரந்த ஞானி.
கோயிற் கோபுரத்திலிருந்து இறங்கிய சிற்பங்கள்
நடந்து சென்று காய்கறிகளை வாங்கிக் கொண்டிருந்தன.

அப்பொழுதுதான் பார்த்தேன்
அவசரமாக ஓடிச் சென்று கொண்டிருந்தார் கடவுள்
அன்றைய பகல் சினிமாவுக்காக.

யாருமே இல்லாத கர்ப்பக்கிரகத்தில்
மந்திரங்களைச் சொல்லிக் கொண்டிருந்த ஐயருக்கு
களைப்பு வந்தபோது
மீதி மந்திரங்களை நாளை சொல்லிக்கொள்ளலாம் என்று
பழத்தட்டும் பஞ்சாமிர்தமுமாக வெளியே வந்து
காத்திருந்தவளின் மடியில் முகம் புதைக்க
எங்கிருந்தோ வந்தது உற்சாகக் களிப்பு.

'இதுதான் நான்காம் புணர்ச்சி'யென்றார் கடவுள்.
எள்ளுக்காட்டில் சோளப்பொம்மையைக் கொண்டு வந்து
நாட்டிக் கொண்டிருந்தவர்களுக்கு
காதற்கால நினைவு பெருக்கெடுக்க
அந்த நடுமத்தியான வெயிலிலும் கூடிப் புணர்ந்தனர்.

சோளப்பொம்மைகளும் புணர்ந்தன
எள்ளும் புல்லும் கூடப் புணர்ந்தன
சினிமாவுக்குப்போன கடவுளும்
சந்தைக்குப்போன கோபுரச் சிற்பங்களும் புணர்ந்தனர்.
'இது ஆறாம் புணர்ச்சியும் நூறாம் புணர்ச்சியும்
இணைந்தது' என்றார் பிரம்மச்சாரி.

யாரோடு யார் புணர்ந்தது என்று தெரியவில்லை எவருக்கும்.

◯

வேட்டைக்களம்

மீன்கள் நடந்து வந்து விண்ணப்பம் செய்தன

'கடல் அலுத்துப் போயிற்று
விலங்குகளோடு விளையாடிக் களிக்க ஆவல்
மரங்களின் வேரையும்
பூக்களின் மணத்தையும் நிழலின் இதத்தையும்
கனிகளின் சுவையையும் அறிய விருப்பு
காடுகளில் ஓரிடம் வேண்டும்' என்று.

கேட்ட மீன்களிடம் கேட்டேன்

'காடென்பது தீரா வேட்டைக்களம்
மரங்களின் கனவை அறியும் மந்திரம் அறிவீரா?
எக்கணமும் நெருப்பெரியும் மையம் அதுவன்றோ
காடுகளில் வாழும் கலை தெரியுமா உமக்கு
புரியா வழியில் தெரியாப் பயணம் எதற்கு?'

கைகொட்டிச் சிரித்த மீன்கள் கேட்டன

'தெரியா விதியைத் தெரிய முனையும் விருப்பே இயக்கம்
அறியா விருந்தை அறியும் சுவையே இனிது
காடுபோலக் கடலுமோர் வேட்டைக்களமே
ஆயினும் புதிதறிதல் நம்விருப்பு
அதுவே சுதந்திரமன்றோ'

கடலிலும் காட்டிலும் அலைகிறேன்
காடாகவும் கடலாகவும் சூழ்ந்திருக்கும் கேள்விகள்

◯

நிறம்

தவறி விழுந்த பல்லில் ஒரு கோடை விரிந்தது.
அந்தக் குழந்தையின் அழுகையில் மூண்டது நெருப்பு
கூடவே பெருகிப் பாய்ந்தது தனிமைப்பேராறு.

அறுவை மேடையில் நின்ற பசுக்கள்
மேய்ச்சல்தரையை நினைத்துக் கொண்டிருந்தன
பனம்பழத்தைக் கொண்டு சென்றவள்
ஆற்றுக்குப்போவதா ஆஸ்பத்திரிக்குப்போவதா என்று
தீர்மானிக்க முடியாமல் திணறினாள்

காற்றில் மிதந்து வந்த பறவையின் இறகொன்று
பிரமிளின் காவியத்தை எழுதிக் கொண்டிருந்தது அக்கணம்.
மழைக்காலத்தை விட்டு
வெளியேறிக் கொண்டிருந்த விவசாயிகள்
பயிரிடும் பழக்கத்தையும் பயிரின் நினைவுகளையும்
வைப்பில் கொள்ள மறுக்கும் மனுவில்
கையெழுத்துப் போட்டுக்கொண்டிருந்தார்கள்.

'வயல் என்றால் என்ன?' என்ற குழந்தைக்கு
பதில் சொல்லிக்கொண்டிருந்தது கோடை
'அது வானவில்லில் பிரிந்த ஒரு நிறம்' என்றும்
'கிளிகள் அந்த நிறத்தை எடுத்துச் சென்று விட்டன' எனவும்

'இப்போதிருப்பதெல்லாம் நிறமற்றதொரு கானல்
                    வெளியே என்றும்.

○

பாறைக் கனவு

அந்தப் பாறையில்தான் முதற்கேள்வி முளைத்தது
அந்தக் கேள்வியில் இருந்தே
ஊற்றுக்கண்கள் திறந்தன
அங்கிருந்துதான் சிரிப்பலைகளும் உற்பத்தியாகின
அங்கிருந்துதான் நதிக்கான வழியும் பிறந்தது
அப்படியே காடும் ஊர்களும் உருவாகின

நெகிழும் அதன் இதயத்திலிருந்தே
காலம் உண்டாகியது
வெயிற் படிகத்தை உண்டு வளர்ந்த பாறை
மினுங்கிக் குளிர்ந்த கணத்தில்தான்
தன்னூற்றைத் திறந்தது மடையென.

காட்டை தன்னுடலில் நிரப்பிக் கொண்டே
அது மழைத்தது
மழைக்கும் தருணத்தில் பட்டாம்பூச்சியாகச் சிறகடித்துச்
சிறகடித்து

கடலின் மேலாகப் பறந்தது.
அந்தக் கணத்தில்
பறக்கும் பாறைகளைக் கண்ட மீன்கள் தாமும்
அதனோடு
இணைந்து கொண்டன

பறக்கும் கூட்டத்தில் சேரும் லயிப்போடு
அந்தரித்துக் கொண்டிருந்த சிறுவனை
அழைத்துச் சென்ற மீன்கள்
நீந்தும் வித்தையையும் அவனுக்குக் கற்றுத்தந்தன
அவன் மீனாகவும் பாறையாகவும் பறவையாகவும் மாறிக்
குதூகலித்தான்

  கருணாகரன்

எல்லாம் இப்படி நிகழும்போதே
அவன் தான் சிறுவன் எனத் தவறுதலாக
                    நினைத்துக்கொண்டான்
அதுதான் தன்னுடைய இயல்பென்று எண்ணிய கணத்தில்
எல்லா வித்தையும் கழன்றுதிரக்
கீழே தெறித்து வீழ்ந்தான்

துயரொலி சிந்தும் மரத்தின் கீழே
மரணத்தின் நிழல் பெருகிக் கிடந்தது எங்கும்.

திரும்பிப் பார்த்தேன்
எதிரே
பாறை இன்னும் பாறையாகவே இருக்கிறது
அதன் நெகழ்வைக் காணும்போது
அது ஊற்றாகியது
காடாகியது

வெயிலில் மினுங்கும் படிகமாகி
காற்றுறைந்த கலமாகியது

○

கதை

காலில் இடறுப்பட்ட
நாக்குத்துண்டைக் கண்டு யாரும் அலறவில்லை
ஒரு பறவையின் வடிவில் தத்திய அது
முதலில் சிரித்தது
பிறகு தன்னை மெல்ல அறிமுகப்படுத்தியது
பிறகு தன்னுடைய கதையைச் சொல்லத் தொடங்கியது.

நாக்கின் கதையைக் கேட்பதற்கென்று
                    ஆயிரக்கணக்கானோர் கூடினார்கள்
எல்லோரும் அதன் கதையைக் கேட்கக் கேட்க
அந்தக் கதை கேட்போரின் கதையாகவே இருந்தது
ஆச்சரியத்துடன் ஒவ்வொருவரும் தம்மைத்தாமே
பார்த்துக்கொண்டனர்
பிறகு ஆளையாள் பார்த்தனர்
நாக்கு எல்லோரையும் ஒரே கணத்தில் பார்த்துக்கொண்டு
சொன்ன அந்தக் கதை புராதன கதையாகவும்
புதிய கதையாகவும் இருந்தது

அந்தக் கதைதான் நிகழ்காலக் கதை என்றும்
எதிர்காலத்துக்கான கதை என்றும்
சொல்லிக்கொண்டனர் எல்லோரும்.

இப்படி எல்லோரும் பேசிக்கொண்டிருந்தபோது
எழுந்து சென்ற நாக்கு
படகாக மாறி வீதியில் நீந்தியது
வாகனங்களில் தொத்திக்கொண்டு
ஒரு பல்லியைப் போல ஒட்டியது
பிறகு பூவாக மலர்ந்து
அந்தப் பிராந்தியத்தையே வாசமாக்கியது.

                                    கருணாகரன்

மாலையில் அது முன்பிறையாக நின்று தன்னுடைய
                              நாக்கை நீட்டியது

அப்போது வானமெங்கும் அது சொன்ன கதைகள்
வண்ண வண்ணமாக இசையுடன்
பறந்து திரிந்தன

ஒரு திருவிழாக்காலத்தை நாங்கள் பார்த்துக்கொண்டிருந்தோம்.
〇

சிதறிய படிக்கல்

யாரோ ஒருவருக்காக அவருடைய நண்பரால் எழுதப்பட்ட
அஞ்சலிக் கவிதையைப் படித்துக்கொண்டிக்கும்போது
உனக்கான அஞ்சலிக்கவிதையை எழுதும்படி
உன்னுடைய மரணச் சேதி வந்தது.

உயிரின் வேர்கள் உக்கிச் சரியும் ஓசை
மரணத்தின் நிழற் படமாகி
நிஜமாகித்துடித்து என்மடியில் வீழ்கின்றதா?
உயிரின் மையத்தில் பிரிவுத்தீ மூண்டெரிகிறதா?

தாகமடங்காத் தவிப்போடு
படிகளில் தடுமாறிச் சரிகிறேன்

எதை நினைவிற் கொள்வதென்று தெரியவில்லை
படச்சட்டத்தில்
உறைந்த மலராகி விடப்போகும் உன் முகத்தையா
நிராதரவான கரங்களை அணைத்து
மடியில் பூவாய் வைத்திருக்கும் விருப்பையா
எப்போதும் யோசனையில் ஆழ்ந்திருக்கும் கண்களையா
நம் முதற் சந்திப்பையா
அது நிகழ்ந்த இடத்தையா
சூரியன் கலங்கிச் சரிந்து கொண்டிருந்த
அந்தப் பின்மாலைப் பொழுதையா
துயர் நீங்கும் வாழ்வுக்காக நீ எழுதிய சொற்களையா
கனவுகளை நிஜமாக்குவதற்காக நீ சிந்திய குருதியையா
நீ தந்து மறந்த நெஞ்சுப் பதக்கத்தையா
மறக்காமலே எப்போதும் என்னைக்
கேட்டுக்கொண்டிருந்த புத்தகத்தையா
கலைந்த கூந்தல் காற்றில் அலைந்து பறந்து
என் முகம் மூடிய போதென் கண்கள் தவித்ததைக் கண்டு
புன்னகைத்ததையா

  கருணாகரன்

அக்கணத்தில் என் கைகளைப் பற்றி உன்னிதயத்துடிப்பை
                        அறிய வைத்ததையா
அலைகள் புரளும் கடற்கரையில் நீ இறுதியாகச் சந்தித்துப்
                        பிரிந்த கணத்தையா

முடிவற்ற போராட்டங்களில் உன்னைப்
                        பிணைத்திருந்ததையா
… … …

மோதித்தெறிக்கிறது நினைவுப்பொறி

அஞ்சலிக்குறிப்புகளை மீறி
வேர்கொண்டெழும் துயர்ச்செடியின் கீழே
நீயணைத்த கரங்கள் நிழலாய் விரியும்
பூவாய் மலரும்
விதையாய் முளைகொள்ளும் என்றவுன் நம்பிக்கையை
அறிவேன் என்றபோதும்

எந்தப் படிக்கட்டில் ஆறுவேன்?

◯

அந்தச் சாலையில்தான்

எரிந்து கொண்டிருந்த சாலையில்தான்
அன்று வந்து இறங்கினேன்

அங்கேதான் பூக்களை விற்றுக்கொண்டிருந்த பெண்ணும்
இருந்தாள்
துப்பாக்கியை வெடிக்க வைத்துக் கொண்டிருந்த
படையினரும் நின்றனர்
பிரார்த்தனை செய்து கொண்டிருந்த மதகுருவும்
விளையாடிக்கொண்டிருந்த சிறுவர்களும் இருந்தனர்.
மாதா கோயிலும் மேய்ச்சலுக்காகப் போய்க்கொண்டிருந்த
மாடுகளும்
கொத்துரொட்டிக் கடையில் பாடிக் கொண்டிருந்த
ரேடியோவும் இருந்தன.
குழந்தைக்குப் பாலூட்டிக் கொண்டிருந்த தாயும்
சிப்பாய்களுக்குக் கட்டளையிட்டுக்கொண்டிருந்த
தளபதியும் இருந்த

அந்தச் சாலையில்தான்
எல்லாம் எரிந்து முடிந்தன.

எரிந்து முடிந்த சாலையில்தான் அனைவரும் நின்றோம்
பகலும் இரவும் வெறும் புகையாகியது.

○

நடனம்

மிளாசி எரிந்தது பனங்கூடல்
காற்றில் எரிந்தன பறந்த பறவைகளும்
அவற்றின் கூடுகளும்.

எங்கே போய் முடிந்தது அத் தீ?
மூண்டு தணிவதற்கிடையில்
ஆடிய நடனத்தைக் கண்டு வியந்தேன்.

அன்றுதான் நீ எங்களை விட்டுச் சென்றாய்.

விட்டுச் செல்லும்போது தோன்றுவதென்ன?
புதிய பயணத்தின் ருசியா
பழைய வாழ்க்கையின் சலிப்பா?

புதைக்க முடியாமல்
வழிநெடுகப் பரவிக்கொண்டிருக்கும் நினைவுகளை
எங்கே விட்டுச் செல்வதென்று நீயும்
முளைத்துக்கொண்டேயிருக்கும் ஞாபங்களை எவ்விதம்
சேகரித்துப் பத்திரப்படுத்துவேன் என்று நானும்
தடுமாறிக்கொண்டிருப்பதைக் கண்டு
வயலில் நின்ற காவற் பொம்மையும் திகைத்தது.

வேதனையின் கோடுகள் வலையாக நீண்டு
நம் நாட்களைச் சுற்றிப் பாம்புகளாகின.
அதிலிருந்து மீள முடியவில்லை
உள்ளிருக்கவும் இயலவில்லை.

மீண்டு திரும்புவதற்கோ போய்ச் சேர்வதற்கோ
எந்த மார்க்கமும் இல்லை என்றுணர்ந்தபோது கூட
நீயும் திரும்பவில்லை
நானும் அழைக்கவில்லை

அன்று நிகழ்ந்தது என்ன
பயணமா, பிரிவா, வாழ்வின் நடனமா?

இன்னும் நடந்து கொண்டிருப்பதென்ன
அழிவிதியா? நிகழ்கோலமா?

மாய முத்திரை தன் அழகை இயம்பும் வித்தை இதுவா?

○

படுவான்கரைக் குறிப்புகள்

(Remarks on Paduvankarai)

படுவான்கரைக் குறிப்புகள்

(Remarks on Paduvankarai)

கைவிடப்பட்ட போராளியின் பதிவேடு

(01)

முள் குத்திய கால் சிந்திய ரத்தத்தில் படுவான்கரைப் புழுதி
சிந்திய ரத்தம் மட்டுமல்ல,
எழுந்த அழுகையொலியும் படுவான்கரையின் காய்ந்த
குரல்தான்.
அங்கிருந்து நானூற்றுக்கு மேல் சின்னப்பெடியனுவள்
வடக்கு நோக்கி நடந்தம்.

அது விடுதலைப்பயணம் என்றார்கள்
எந்த நட்சத்திரமும் வழிகாட்டவில்லை
கூடிப் பழகியவரும் கூட்டிச் சென்றவரும்
பிறத்தியாராகினர்.

அறிந்திராத திசையில்
விரும்பிச் செல்லாத பயணத்திற்கு
வழிகாட்டிகள் உண்டென்றார்.

நிகழ்ந்த பயணத்தில்
வழிநடத்தும் கட்டளைக்குக் கீழ்ப்படிந்த தலைகளின் கீழ்
இதயம் மறுத்துரைத்தது
அதுவல்ல திசை
அதுவல்ல வழியென்று.

காலடியில் நாறிக்கிடந்தது திக்கற்ற விதி.

மழையில் நனைந்திருண்ட முன்னிரவில்
மெல்ல அசைந்த நெடுங்கோட்டில்
வளைந்தும் நெளிந்தும் நீளச் சென்றது
படையணி.

சப்பாத்துகளில்லாத படையணி
களப்புகளைக் கடந்து
வயற்பரப்புகளில் நடந்து காடடைந்தது
வீரமும் வெற்றியுமாகியிருந்த
காட்டில் துக்கம் நிரம்பத் தொடங்கியதப்போது.

நான் வீட்டை நினைத்தேன்
காடு வழிமறித்தது என்னை.

யாரும் விடுதலைப் பாட்டைப் பாடவில்லை
எவரும் போர்க்களத்தை நினைத்திருக்கவில்லை
ஆனாலும் போர்ப்பயணம் நிகழ்ந்து கொண்டிருந்தது.

◖

என்னுடைய நிலமேன் என்னைச் சிறையிட்டது?
என்னுடைய நிலத்தில் எவ்வாறு நான்
அந்நியமாக்கப்பட்டேன்?
என்னையறிந்த வெளியே! என்னையறிந்த களப்புகளே!
என் வீட்டில் உண்டுறங்கியவர் என்னைக் கவர்ந்து செல்ல
ஏன் வழிவிட்டீர்?
என்னை வளர்த்த வயலே, ஏன் என்னைத் தொலைத்தாய்?
என்னையறிந்த சனங்களே, ஏன் என்னைக் கைவிட்டீர்?

◖

நெருப்பெரிந்த வெளி

சோளஞ்சேனையில் நெருப்பெரியத் தொடங்கியது.
சோளகத்திலும் மூண்டது தீ.
பனையும் புல்லும் நெல்லும் நிறைந்த வெளியில்
கறுத்துக் காய்ந்த
மனிதர்களிடம், 'பகைவரைச் சாய்த்திட வேண்டும்.
புறமுதுகிட முடியாது.
புறப்படு மகனே' எனத் தன் சிறுபுதல்வனையும்
போர்க்களமனுப்பிய தாயின்
கதை வீரம் எனவும் அதுவே அறமென்றும் சொல்லப்பட்டது

                                        கருணாகரன்

காடும் அதையே சொன்னது. வெளியும் அதையே பாடியது.
தாந்தாமலையும்
குடும்பிமலையும் அதையே எதிரொலித்தன.
'போர்க்களம் புறப்பட்ட என்
சிறுமைந்தன் போரிட்டுச் சாயும்வேளை,
நெஞ்சிலே கணையேந்தினான்.
முதுகிலல்ல' எனக் கண்டு இன்புற்றுப்
பேருவகையயடைந்த தாயின் புராணம்
வீரம் என்று பாடியது
காடு.

நாடும் அதையே பாடியது.

துக்கம் கனத்த இதயத்தோடு தலைகவிழ்ந்தபடி நடந்த
சின்னப் பையன்களின் கதையை
வெளி மறந்தது.
காடு மறந்தது.
தெருக்கள் மறந்தன.
பனை மறந்தது.
களப்பும் கண்ணாப்பற்றையும் கொக்குகளும் கூட மறந்தன.

'தேன்நாட்டின் மீன்கள்' பாட மறுத்தன.

◯

உறங்காத அன்னையரோடு பொழுதுகள் விடிந்து மடிந்தன.
இரவும் பகலும் தாயன்பின் ஊற்றுப்பெருகி உடைத்தோடி
ஆறாகி
களப்பாகி
கடலாகி
பெரிய சமுத்திரமாகியது.
அதில்
எந்த அலையும் ஓய்ந்ததில்லை.

எல்லாவற்றின் மீதும் மௌனம் கொண்ட காலம்
கள்ள மௌனத்தில் உறைந்தது.

◯

வடக்கில் நடக்கும் போருக்கு
கிழக்கிருந்தே உயிர்ப்பண்டங்களைக் கொண்டு செல்ல
                    முயன்றான் தளபதி.
அப்படித்தான் அவனிடம் கோரவும் பட்டது.

விசுவாசமும் நம்பிக்கையும் கேள்விகளை எழுப்புவதில்லை
கேள்விகளில்லாத உலகில் இருளே ஆட்சி
இருளின் வழியே நடந்தோம்.

குமுறிக்கொண்டிருந்தது கடல்
மோதிக்கொண்டிருந்தன அலைகள்.

◯

நடை 01

இருளுறைந்த வானத்தில் வெள்ளிகளும்
காட்டிலே பிள்ளைகளும் உறங்கவில்லை.

வீட்டிலே
பிள்ளைகளைத் தொலைத்த தாயரும்
தந்தையரும் உறங்கவில்லை.

உறங்காத காடும் உருக்குலைந்த தேசமுமாய்ப் போனது
                                        படுவான்கரை ...

நரிகள் ஊளையிட்டு இரவும் வெளியும் நிரம்பின
ஆட்காட்டிகள் ஒலமிட்டலைய
சனங்கள் அந்தரித்தலைந்தனர்.

படுவான்கரையில் விளைச்சல் படுத்தது
பட்டிகள் கலைந்தன
கூத்துப்பாட்டில் ஒப்பாரியேறியது.

நடை சோர்ந்தது.

◯

முதற்காலம் 01

மூன்று வாரத்தின் முன்னொரு காலையில்
குயில் கூவி ஓயமுன் நரிகள் எழுந்து ஊளையிட்டன
கலவரமுற்றுக் கத்திப் பறந்தது ஆட்காட்டி.
வெம்மை தகித்த வெளி நிறைந்த கலவரத்தில்
தொலைந்தது குயிற்குரல்.
தேயும் பிறை தோன்றி மறையத்துடித்த காலைக் கருக்கலில்
நெல்லின் மணம் ஏறிய இளவெயில்
வெளியில் நிரம்பி
ஆற்றில் வழிய,
வெயிலில் பூத்து மினுங்கியது ஆறு.

எழுவான்கரையிலிருந் தெழுந்த கடற்காற்று
படுவான்கரையில் படர்ந்துலரத்
தாமரைக்குளத்தில் தூண்டிலோடிருந்த
சின்னவனைத் தேடி ஆறுபேர் வந்தனர்.

'இந்தச் சிறுவனுக்காக ஆறு பேரா?'

'ஆறு பேரென்ன, அறுபது பேரே வரக்கூடும்!
காலம் பழுதடைந்தால்
களப்பிலே தூண்டில் போடுவதும் குற்றம்
றோட்டிலே சைக்கிளோடுவதும் குற்றம்
தியாகசேகரன் மாடு மேய்த்ததும் குற்றம்
ஞானச்செல்வம் வயலுக்குப் போய்த்திரும்பியதும் குற்றம்
விசயலிங்கம் பாலெடுத்ததும் குற்றம்
குமரய்யா மீன் விற்றதும் குற்றம்
சோமன் கொள்ளியுடன் சைக்கிளில் சென்றதும் குற்றம்...'

வழியிலும் தெருவிலும் வயற்காட்டிலும்
வீட்டிலும் நின்றது குற்றமென்று கொண்டு செல்லப்பட்டனர்
நூறு நூறு சிறுவர்கள்.

கொண்டு செல்லப்பட்டவரின் கண்ணீர் மூடியது
குடும்பி மலையை.

அது பாசறையா? சிறைக்கோட்டமா?

பிடித்துச் செல்லப்பட்டவரெல்லாம் அழைத்துச்
செல்லப்பட்டதாக
குறிப்பேட்டில் பதியப்பட்டபோது
காலம் பழுதாகி
எல்லாத் தலைகளிலும் விழுந்தது பாழாய்.

◖

முதற்காலம் 02

எட்டாண்டுகளின் முன்னொரு மதியத்தில்
முனைக்காட்டில் ஏரம்பனைச் சுட்டது அரச சேனை.
நான்காண்டுகளின் முன்னே
கழுதாவளையில் தங்கராசாவை எரித்த ததது.
இரண்டு மாதங்கள் முன்
கஞ்சிகுடிச்சாற்றில் மூத்தப்பாவையும் குலசேகரத்தையும்
குலகேசரத்தின் ஆறுவயதுப் பாலகனையும் கொன்றது.
'வயலில் அறுவடை செய்வது பயங்கரவாதம்' என்ற 'அரச
கட்டளை'யில்

குடிகளைக் கொல்வது
நீதியன்றி வேறென்ன?

விவசாயிகள் வயலில் எரிந்தழிய
வானெழுந்த தீயில் பொசுங்கியது கொக்கட்டிச்சோலை

வயலில் மூண்ட தீயைக் கண்டு
கொக்கட்டிச் சோலையில் எரிந்த நெருப்பைக்கண்டு
கறுத்தப்பாலத்தடியில் விழுந்த தலையைக்கண்டு
களுவாஞ்சிக்குடிக் கடலில் முள்ளெழும்பி முளைத்ததைக்
கண்டு

கொதித்தவரெல்லாம்
கொழுந்து விட்டெரியும் நெஞ்சோடு காடேகினர்.

காடு விடுதலைக் கோட்டையானது.

அக்காலம்
முக்காலம் என்றற்றுப் போனதேன் பின்னெல்லாம்?

O

முதற்காலம் 03

நெல்லேற்றும் வண்டியில் படுவான்கரை வந்த
காஸிம் முகமதுவும் நாலு முஸ்லிம் பொடியன்களும்
தலையில்லாமல் கிடந்த காலையில்
ஏறாவூரிலும் நாலு தலை இல்லாத உடல்கள் தெருவில்
கிடந்தன

தலைக்குப் பதில் தலை
பழிக்குப் பதில் பழி
ரத்தத்திற்குப் பதில் ரத்தம்

நாய்களும் காகங்களும் சனங்களும் அந்தரித்த காலையில்
ரத்தவாடை நாறியது.

வானை மூடியது புகை
மனதை மூடியது பகை

படைகளில்லாமல்
அரசுகளில்லாமல்
சனங்கள் மோதிச் செத்தனர்.
பாங்கொலியும் தேவாரமும் தேவசுலோகங்களும்
காயத்திலுறைந்து கண்ணீராகின.

                                        கருணாகரன்

சனங்களிடையே நெருப்பை மூட்டியது யார்?
நஞ்சை ஊற்றியது எவர்?

ஊரெங்கும் பகை முற்றி வெடித்துப் பஞ்சாய்ப் பறக்க
நெருப்பெரிந்தது அதிலே.

நடை 02

வயிற்றிலே கனத்த பசி
அதனிலும் கனத்த, தூக்கமில்லாத கண்கள்
தூக்கமில்லாத கண்களை விடக் கனத்துக் களைப்படைந்த
கேள்விகளாலும் துக்கத்தாலும் நிரம்பித் துயர்த்த மனம்.

'எங்கே முடியுமிந்தப் பயணம்?
மீண்டு,
ஊர் மீளும் காலமொன்று வாய்க்குமா? . . .
எனின்,
யாரெல்லாம் திரும்பக் கூடும்?'

பதிலற்ற காட்டில் கேள்விகளைச் சுமந்திளைத்தது படை.
மனமுடைந்து கண்வழியோடியது.
கன்னன்குடா மயிலுப்போடியின் மாட்டுத் தொழுவத்தில்
அலுத்த வாழ்க்கை இனித்ததிந்தக் காட்டில்.

காடோ முள்ளாகியது
காலிலும் மனசிலும்.

வழிகாட்டி
முள்ளின்மேலே நடை காட்டினான்.

◯

பயணம்

வழி நீளக் காடு
காடு நெடுகவும் துயரம்
துயரத்தில் செழித்த காட்டில் மரணக்குழிகள் வழி நெடுக.
ஒவ்வொரு குழியிலும் விழுந்தெழும்பிய சிறுவரின் முதுகில்
கனத்த பொதி.
கையில் நெருப்புறங்கிய துவக்குகள்.

பதினாலு வயதில்
துப்பாக்கியின் நிழலில் உறங்கும்
நானொரு போராளி!
நானொரு வீரன்?
நானொரு சிறுவன்!
நானொரு வீரன்?
நானொரு கைதி!
நானொரு வீரன்?

முழுப்பொழுதுக்கும் ஒருணவு
வழிமறித்தோடும் ஆற்றின் நீர் தீர்த்தம்
பகலிரவில்லை,
தங்கி இளைப்பாற விதியில்லை.

நாவறண்டு பசியேறத் தொலைவு நீண்டது
நடைக்களையும் பசிக்களையும் நீண்டது
காட்டு வழியும் துயரும் தனிமையும் நீண்டது
திரும்பிச் செல்ல வழியற்ற பயணம் நீண்டது
நடந்து முன்செல்ல மறுத்த மனமும் நீண்டது
வடக்கென்பது கிழக்கிருந்தும் நீண்டதே
படையணி தானெனினும்
நடை மனம் தனித்ததே.

வழி நீள முட்காட்டில் குழிகளாயிரம் கண்டேன்

எதிர்ப்பட்ட கடலுக்கு
வழிப்பட்ட மரங்களுக்கு
முகம் தொட்ட பறவைகளுக்கு
கண்தொட்ட பூக்களுக்கு
காலடியில் குவிந்திருந்த மணலுக்கெல்லாம்
வணக்கம் சொன்னோம்.

◗

களைப்பு

அம்மாவை நினைக்க முடியாது இனி
மறத்தலும் இயலாது.
பட்டி மாடுகள் என்னவாயிருக்கும்? வெள்ளாமைக்காரன்
                          என்செய்யக் கூடும்?
தயிர்ச்சட்டியைக் கொண்டு போவது யாரினி?
ஆத்திலே கட்டிய தோணி இன்னுமங்கே அலைமோதிக்
                          கொண்டிருக்குமா?

                                    கருணாகரன்

அய்யா வந்து கரையேற்றியிருப்பாரோ
அண்ணா கடலோடினானோ
அம்மய்யா களப்பில் செத்து மடிந்ததேன் என்றறிய
                                விதியில்லை.
மயிலுப்போடிக்கு இந்தப் போகமும் மண்ணென்றாரே...
கன்னங்குடாச் சித்தன் அண்ணாவியின் கூத்துப்
                                பாட்டுக்குரல்

மனதிலே வந்து மோதி அலைத்தது.

○

கட்டளை

"காட்டு வழியில் எதிரி அபாயம்
மூச்சுக்காற்றை இழுத்துப் பிடி
ஓசை, ஒலியேதும் உன்னைக் கொல்லும்.
போரில்,
எதிரியைப்பற்றியே எண்ணிக் கொண்டிரு'

– கட்டளையிட்டான் தளபதி

'எதிரி என்றால் எப்படி இருப்பான்?'

– சிந்தித்துக் கொண்டிருந்தான்
போராளிச் சிறுவன்.

அவனறியாப் பதிலை அருகிருந்தவனிடம் கேட்டான்
இரகசியக் குரலில்.

அந்தக் கேள்வி நடையணி முழுதும் தத்திச் சென்றது
கேள்வியே விளங்கவில்லை பலருக்கு.
என்றாலும்
அச்சத்தின் வழி நடக்கும் எச்சரிக்கை
ஆட்கொண்டிருந்த தக்காட்டில்.

எதிரியிடம் தெருக்களை இழந்தவர்க்குக் காடே வழி
காப்பரண்களின் நடுவே
எதிர்ப்படும் தெருவைக் கடப்பதொரு அபாய வித்தை.

காவலரணில் சிக்கியவனும்
நடக்க முடியாதவரும் காட்டில் கைவிடப்பட்ட பிணம்

காய்ச்சலிலும் கழிச்சலிலும் இருந்தவரைக் காவியலுத்தேன்.
நடந்து களைத்தவன் தங்கித் தரிக்க முடியாது தவித்தேன்.

○

இரத்தமாகிய இரவும் பகலுமுடைய நாள்

காடு

நாலாவது நாள் சல்லியாற்றில் இளைப்பாறியபோது
குளத்து மீனை புளியில் ஊறவைத்து அவித்தேன்
நண்டுகளைச் சுட்டான் தணிகன்
காட்டுக்கோழி வேட்டை செம்பனுக்குக் கலை
சுட்ட இறைச்சி வத்தல் தின்றவர் வயிற்றில்
ஏழுநாள் பசி தணிந்த நெருப்பா?
மீண்டும் மூளும் காட்டுதீயா . . .?

அத்திமரக் காட்டோரம் களைப்பு நீங்கக் கண்ணயர்ந்தது
படையணி.

நள்ளிரவில் மீண்டும் தொடங்கிய பயணம்
நடுவெயிலில் காட்டின் மையம் தேடியது.

எதிரிகள் எங்கே? நண்பர்கள் எங்கே?

○

வன்னி 1999

காய்ந்து வறண்ட சனங்களைக் காற்று
எதிர்த்து முறித்தது.
இலையான்கள் பெருகி
மலக்குழிகளிலும் சோற்றுப் பானைகளிலும் மொய்த்தன.

வன்னிக்காட்டில்
எழுவானுமில்லை படுவானுமில்லை
சாவுதான் பூத்துக் காய்த்துக் கனிந்தது.

'மரணம் பற்றி யாரும் பேசக்கூடாது' என்றார்கள்
வீரத்தின் கதைகளையே காடும் சொன்னது.

மரணத்தின் காலடியில் வீரமும்
வீரத்தின் காலடியில் மரணமும் தழுவிக் கிடந்தன.
மரணம் என்னைச் சுற்றி நின்றது
வீரம் என்னைத் தழுவிக் கிடந்தது.

நான் நரகத்திற்குரியவனா
சொர்க்கத்துக்குரியவனா . . .?

நானே என்னைக் காப்பதுவா?
இந்தச் சேனையைக் காப்பதுவா . . .?
முன்னே விரிந்திருக்கும் இந்தக் காலத்தைக் காப்பதுவா?

கனவிலே வளர்த்துள்ள தேசத்தைக் காப்பதுவா?
இந்தச் சேனை என்னைக் காப்பதுவா?

கடந்து செல்ல முடியாத காலமோ புழுத்துக் காலடியில்
நசிந்தது.

'மரணத்தில்தான் எல்லாமே நிகழூ'மென்றார்.

'மரணத்திலேதான் எல்லாவிதியும் வளருமென்றால்
மிஞ்சுவதென்ன?' என்று கேட்டேன்.

… … … … …

… … … … …

○

போர்முனை (புளியங்குளம் – வன்னி)

கோலியாத்தின் முன்னே
தாவீதுகள் சிறு கவண்களுடன்
பீரங்கிகளின் வாயில் படுவான்கரைச் சிறுவர்

சிறுவரின் இலக்கில் சிதையும் பீரங்கிகள்
தலைக்கவசங்கள்
பின்வாங்கும் படைகள்
கொடியேறும் வெற்றிகள்

போருக்கஞ்சிய சிறுவனை வீரனாக்கியது களம்
போரில் காடு வெந்தது
வயலும் மயிலும் வெந்தன
ஆறுகள் வெந்தன
வாழ்வும் கனவும் வெந்தது

என்றபோதும் வெற்றிக் களிப்பும்
வேட்டைத்தாகமும் ரத்தத்தைச் சூடாக்கியது.

'போர் என்றால் கொலைதான்,
எதிரி–நண்பன் என்பதெல்லாம் அங்கில்லை'
என்றானபோது
"செய் அல்லது செத்து மடி" என்றபோது
தலைகள் விழுந்தன நூறாய்
ஆயிரமாய் …

நாங்கள் போரிட்டோம்
போர் எங்களைத் தின்றது.

ஓயாது போரிட்டோம்

இரத்தமாகிய இரவும் பகலுமுடைய நாள்   95

போரிட்டுத்தான் போரை நடத்தலாம்
போரிட்டுத்தான் போரை முடிக்கலாம்
போரிட்டுத்தான் போரை வெல்லலாம்
போரிடாவிட்டாலும் கொலைதான் என்றபோது
போரிட்டும் சாவு
போரிடாவிட்டாலும் சாவுதான் என்ற ஊரில்
நாங்கள் பகலையும் இரவையும் தள்ள முடியாமல்
தவித்தோம்...
... ...
... ...

நாங்கள் போரிட்டோம்
போர் எங்களைத் தின்றது

தலைகள் விழுந்தன நூறாய்
ஆயிரமாய்...
... ...
... ...

நான் சொர்க்கத்திற்கும் நரகத்திற்கும் நடுவிலிருந்தேன்
கோழியா வீரனா என்றறிய முடியா
தத்தளிப்பின் வெடிப்பிலிருந்தேன்.
காயங்களுக்கும் வலிக்கும் இடையிலிருந்தேன்
நினைவுகளுக்கும் துக்கத்துக்குமிடையில் தத்தளித்தேன்.

◯

அப்படித்தான்
அந்தக் குறிப்புகளில் சொல்லப்பட்டிருந்தது
அது மரணதண்டனை பற்றியது.
நீங்கள் எதையும் சொல்ல வேண்டாம்
கண்ணீரைக் கண்டு துக்கப்படும் நாட்கள் போய் விட்டன
கருணையைப்பற்றி யாருக்கும் தெரியாது
அது கனவில் மூண்டிருந்த தீ.

நான் எரிந்து கொண்டிருக்கும் சுடலை
நான் எரிந்து கொண்டிருக்கும் பிணம்
நான் எரிந்து கொண்டிருக்கும் உயிர்

இப்படி நான் எழுதினேன்.
இப்படித்தான்
இன்னும் பல குறிப்புகளும் எழுதப்பட்டிருந்தன

அது எரிகாலமா?

   கருணாகரன்

பாடைகள் இல்லாத சாவுகள்
துயரத்தின் சாம்பலை எங்கும் நிறைத்தன

O

பாலாணத்தையும் கட்டித்தயிரையும் ஒரு வீரன்
                நினைத்துக் கொண்டிருக்க முடியாது
களப்பையும் கண்ணாப்பற்றைகளையும் கணவாயையும்
                    நினைந்துருக முடியாது
பட்டியையும் பசுக்களையும் எண்ணிக்கொண்டிருக்க
                        வியலாது
வீட்டையும் சேனையையும் மனதெடுக்கலாகாது.
'வீரனுக்கு நினைவும் உறவும் அவசியமற்றவை
நினைவும் உறவும் அவனைச் சிதைத்திடும்' என்றது போர்
                        விதி.

காய்ச்சலும் கழிச்சலும் சாவும் மூப்பும்
கபாலத்துள் நிறைய
நிலைகுலைந்தேன்.

O

நண்பர்கள் சடலமாகினர்
சடலங்கள் வழிபாட்டுப்பொருட்களாகின
வழிபாட்டுப்பொருட்களை மண்ணடியில் விதைப்பதாகச்
                        சொன்னார்கள்
துயிலுமில்லங்களில் வரிசை கூடி எல்லை பெருக்க
தாய் நிலம் சிறுத்தது.
கண்ணீர்ப்பெருக்கோடி நிலமெங்கும் ரத்தவெள்ளமாகியது.
'மரணத்திலேதான் எல்லாவிதியும் வளருமென்றால்
மிஞ்சுவதென்ன?' என்று கேட்டேன்.
புறக்கணிக்கப்பட்ட கேள்விக்கும் இருந்தங்கே சவக்குழிகள்.

O

… … …

… … …

கறுத்து இருண்டிருந்தது பகல்
அந்தப் பகலில் இருந்துதான் அவ்வளவு இரத்தமும்
                        பாய்ந்திருந்தது
ஆயிரம் போராளிகளைத் தீர்த்துக் கட்டிய சமரை முடித்த
                        தளபதியொருவன்
துண்ணீர் குடித்தான்.

பெண்களைப் புணர்ந்து களைத்த படை சோர்ந்திருந்தது.
போரிட்டுச் சோராதவர்கள்
புணர்ந்து களைத்தனர்.

அன்று மாலைச் சூரியன் தவித்துக் கொண்டிருந்ததை
பழுப்பேறிய ஒரு பழைய வீட்டின் பின்னிருந்து பார்த்தேன்.
… … …
… … …

◯

மூங்கில் நிறைந்த வெண்ணிறக் காடு
அங்கேதான் நெல் விளைந்தது
மீன்கள் வாழ்ந்ததும் அங்கேதான்
நாங்கள் உறங்கிய காலையில் சூரியன் உதித்ததும்
பச்சைக்கிளிகள் தங்கள் பயணத்தைத் தொடங்கியதும்
அங்கிருந்துதான்.

பின்னொருநாளில்
அங்கிருந்துதான்
மூன்று கொலைஞர்கள் வரப்போகிறார்கள்
ஒரு சிறுவன்
அவர்களுக்கு நெருங்கிய நட்பாக இருக்கப்போகிறான்
என்பதை யாரும் நம்பவில்லை.

களப்பில் பிணங்கள் மிதக்கும்
வரலாற்றில் கறைகள் படியும்
நீரோடும் இடமெங்கும் ரத்தம் கலக்கும்
வெள்ளாமை எரிந்து பிணத்தைச் சாம்பலாக்கும்
என்றெல்லாம் யாரும் சொல்லவில்லை.

சொல்லாமலே எல்லாம் நடந்தன.
'சொல்லாத சேதிகளாய் . . .'
சொல்லி மாளாத கதைகளாய் எல்லாம் ஆயின.

தீர்க்கதரிசிகளை வெள்ளம் அடித்துப் போய்
முட்புதரில் வீசியது.
முட்புதர்கள் செழித்துப் பூத்தன.

◯

'படுவான்கரைப் பெடியனுவள் எதுவந்தாலும் விடான்கள்'
என்று சொன்னது எழுவான்கரை
வழிமொழிந்தது வன்னி
போற்றிப் புகழ்ந்தது யாழ்ப்பாணம்
'எல்லாம் வெற்றிக்கே' என மகிழ்ந்து பாடினர் 'யாழ்பாடிகள்'.

   கருணாகரன்

வன்னியிலே சிந்திய ரத்தத்தின் வெடிலில்
படுவான்கரையின் வீச்சம் அறிந்தன
காயா மரங்கள்.
காடுறைந்த யுத்தத்தில் வெற்றிக்கொடிகளை வானம் ஏந்தியது.
அந்தக் கொடியின் கீழே
விசுவமடுவில் முளைத்ததோர் 'துயிலுமில்லம்'
ஆயிரத்துச் சொச்சம் படுவான்கரைப் பிள்ளைகளின்
உடல்
நடுகல்லாய் விளைந்ததங்கே.

கண்ணீர் பெருக படுவான்கரைச் சனங்கள் வன்னிக்கேகினர்.
காடுடைய சுடலைப் பயணம் அது.
அங்கே
'இன்னும் உம் மைந்தரைத் தா'
என்றழைத்தது துயிலுமில்லம்.

'ஜெயசிக்குறு'வை முறியடித்த 'ஓயாத அலை'களின்
                                        கொடியசைவில்
படுவான்கரையின் புதல்வரை மறந்தனர் எல்லோரும்
வெற்றியும் வீரமும் பொதுச் சொத்தானது
பொதுச்சொத்தை தனி வீரமாகக் கொண்டாடியது வரலாறு.

மண்ணின் அடியில் மட்கியது அவருதிரம்
மனசின் அடியில் மறைந்தது அவர் வீரம்
மனிசரெல்லாம் மறந்தனர் அவர் துயரம்.

◯

போருமில்லாத சமாதானமுமில்லாத ஒரு நாள்
பகை முட்கள் முளைத்தன
தலைவனுக்கும் தளபதிக்குமிடையில்.
விசுவாசமும் நம்பிக்கையும் முறிந்து சிதற
இரவும் பகலும் உடைந்து சிதைந்தன
ஆற்று நீர் எதிர்த்தோட
கட்டளைகளும் ஒழுங்கும் தெறித்துப் பறந்தன.

அணிகள் பிரிந்தன
களமாடிகள் அங்கா இங்கா என்றறியாமல்
இருளில் கலங்கித் தம்முள்தாமே மோதினர்.
விசுவாசத்தின் பேராலும் விடுதலையின் பேராலும்
அவரவர் நியாயங்கள் அவரவர் தராசுகளில் வைக்கப்பட்டன
எந்தத் தராசும் நியாயத் தராசாகவில்லை.

சனங்களின் தலை கலங்கியது
விடுதலைப் பாதையும் பயணமும் கலங்கிச் சிதைந்தன.

யார் துரோகி யார் தியாகி?
யாருக்கும் தெரியவில்லை எதுவும்

நான் துரோகியா தியாகியா?
எனக்கும் தெரியவில்லை எதுவும்

களமும் காலமும் போரும் வீரமும்
நம்பிக்கையும் விசுவாசமும் தீர்க்கதரிசனங்களும்
கலங்கிச் சிதைய வழியின்றித் தவித்தேன்.

இருள்மூடியதெங்கும்.

'செல்லும் வழியிருட்டெ'ன்று கலங்கிய சனங்கள்
தங்கள் விதியை நொந்தழுச் சிரித்தது கரிக்குருவி

வழியெல்லாம் முள்ளடுக்கும் காரியங்களைச்
செய்த வீரரைத் தடுக்கத் தவறிய வினையின்று
'தன் வினை தனைச் சுடுமெ'ன்றானதா? என்றழுதார் பலர்.

ரத்தம் தெறித்துப் பறக்க
கொலைவெறி முற்றி
தெருவிலும் வெளியிலும் தோட்டத்திலும் களத்திலும்
முன்போதுகளில்
கொன்று தீர்த்த 'விடுதலையாளரை'யெல்லாம்
குலை நடுங்கப் பார்த்திருந்த விதியே
இன்று கயிறாகிச்
சுருக்கிட்டது எல்லோரின் கழுத்தையும்.

'ஆட்டைக்கடித்து மாட்டைக் கடித்து
ஆளைக்கடித்த கதைகளை வரலாறு' சொல்லிச் சிரித்தது.

தியாக முத்திரைகள் துரோகச் சின்னங்களாகின
துரோகச் சின்னங்கள் தியாக முத்திரைகளாகின
இறுதியில் எல்லாமே சிதைந்த எலும்புக் கூடுகளாகின.

◯

'வடக்கென்றொரு திசை இனியில்லை'
என்றான் தளபதி
'கிழக்கே இனியொரு களமுமில்லை தளபதியுமில்லை'
என்றான் தலைவன்.

                                கருணாகரன்

முற்றிய பகைக்குத் திசைகளில்லை
நட்பில்லை உறவில்லை நன்றியில்லை நீதியில்லை
என்றபோது
நாலாயிரம் மறவரும் மறச்சிகளும் வீடேக முனைந்தனர்.

காலம் பழித்தது வீரத்தை
வெற்றிக்கொடியை
களத்தில் வீழ்ந்த மறவரை!
சிந்திய குருதியை
எழுதியும் கழுவியும் வைத்த வரலாற்றையெல்லாம்.

களப்புகளெங்கும் சேனைகளை நிறுத்திய தளபதி
வழிகளை அடைத்து நின்றான்.

வடக்கிருந்து
வெருகலாற்றிலும் 'பாற்சேனை'யிலும் படைகளை
                                இறக்கிய தலைவன்
தலைகளைக் கொய்தெறிந்தான்.

சகோதரர்கள் தம்முள் மோதிச் செத்து மடிந்தனர்.
பெண்ணலறலில் தலைகவிழ்ந்தது நம்பிக்கை.

கனவும் லட்சியமும் வீரமும் நம்பிக்கையும் துரோகமும்
                                விசுவாசமும்
இரத்தத்தில் குளித்தன.

நான் மலத்தின்மீது வீழ்த்தப்பட்டேன்.

◯

காற்றிலே எழுந்து வானிலே உயர்ந்த
வெற்றிக்கொடி
காலடியில் வீழ்ந்து ரத்தச் சேற்றிலே புதைந்தது?

◯

பிற்காலம் (2014)

காட்சி   01

காற்றேறிப் புழுதி பறந்த வெளியில் கூந்தல் அலையத்
தனித்த பனையோடு நின்றாள்
ஒற்றைக்கால் மிஞ்சிய பெண்.

வாவியை ஊடறுத்த புதிய பாலத்தில் இல்லை
அவளுடைய வழி.

களப்பில் இல்லை
அவளுக்கான மீன்கள்

வயலில் இல்லை
அவளுடைய நெல்மணிகள்

பட்டிகளில்லை
அவளுடைய பசுக்கள்

மடியில் விளைந்த நான்கு பிள்ளைகளுக்காக
அவளிருந்தாள் இன்னும் மிச்சமாய்

நெருப்பில் எரிந்தபடி.

○

காட்சி   02

எரிந்து மிஞ்சிய உடலில்
மிஞ்சித் துடிப்பது உயிரென்றறிய முடியாமல்
தவித்துக் கொண்டிருக்கிறான்
கைவிடப்பட்ட போராளி.

கரையாத துக்கத்தைக் கட்டிச் சுமக்கும் கழுதை
அவனோடிருந்தது.

புற்களில்லாத வெளிகளில் அலையும் பசுக்கள்
அவனோடிருந்தன.

தூண்டிலிற் சிக்காத மீன்கள் வாவியிலும்
தூண்டிலில் சிக்கியவன் தெருவிலும்
என்றிருந்தான்.

சனங்கள் யாரும் அவனைத் தேடவில்லை
படைகளும்
வரலாறும் தேடவில்லை.

கைவிடப்பட்ட காகிதம்
காற்றிலே பறந்து ஆற்றிலே வீழ்ந்தது.

○

காட்சி   03

இன்னும் ஓயாத விசும்பலில் கலங்குகிறது காற்று
பள்ளி செல்லாத சிறுவர்கள் ஆற்றிலே நின்றனர்
எந்த மீனும் அவர் கையில் சிக்கவில்லை.

                                கருணாகரன்

கதிர் பொறுக்க வயலுக்குச் சென்றவர்களின் கையில்
எந்தக் கதிரையும் விட்டு வைக்கவில்லை
'வெட்டு மிசின்' அங்கே.

தாமரைக் கிழங்குகளோடு
மாலையில் திரும்பியவரை
எப்படிக் கண்டறிந்து தீண்டியதந்தப் பாம்பு?

O

ஓயாதொலிக்கும் ஓலக்குரலை
ஆற்றாமனதின் விசும்பலைச் சுமந்தலையும் காற்றை
இன்னுமேன் வைத்திருக்கிறது என் நிலம்?
இன்னுமேன் வைத்திருக்கின்றன களப்புகள்?

அன்னையர் ஆழ்ந்துறங்கும் காலமொன்றை
யார் கொண்டு வருவீர் அங்கே?

அன்னக் கலயம் அளைந்து அமுதூட்டும் கைகளில்
பால் சிந்திப் பயிர் வளர்க்கும் நிலவையும்
பட்டி நிறைந்த பசுக்களையும்
பேய்வீட்டிலிருந்து மீட்டுத் தருவது யார்?

O

பின்னிணைப்பு

'படுவான்கரைக் குறிப்புகள்'

புலிகளின் எல்லையற்ற ஆட்பற்றாக்குறைக்கான சிறுவர் களஞ்சியத்தின் கதை

வெல்வதெங் குலத்தொழிலாம் – எந்த
விதத்தினில் இசையினும் தவறிலைகாண்!
நல்வழி தீயவழி – என
நாமதிற் சோதனை செயத் தகுமோ ?

–பாஞ்சாலி சபதம்

கருணாகரன் வரைந்திருக்கும் 'படுவான்கரைக் குறிப்புகள்' இலங்கையின் கிழக்கு மாகாணத்தில் அமைந்திருக்கும் படுவான்கரையில் நிகழ்ந்த மனித அவலம் பற்றிப் பாடும் நெடுங்கவிதை. யுத்தத்தால் குற்றுயிராக்கப்பட்ட நிலத்தினதும் மக்களதும் கதை.

வெற்றிகளின்போது எழுதப்படும் வரலாறும் இலக்கியமும் பெரும்பாலும் கண்பட்டி கட்டப் பட்ட பந்தயக் குதிரைக்குத் தெரியும் வீதி போல் ஒற்றைப் பரிமாணத்துள் அடங்குகிறது. தோல்வியில் முளைத்துவரும் வரலாறும் இலக்கியமும் பன்முகப்பார்வைகொண்டதாக நிகழ்வுகளை மீள்பரிசோதனைக்காட்படுத்திப் புதிய பார்வை களைத் தருகிறது.

அவ்வகையில் கருணாகரனின் கவிதை படுவான்கரையின் நிகழ்கால வரலாற்றைச் சமூகப் பரிசோதனைக்கு உட்படுத்துகிறது. விடுதலைப் புலிகள் ஆதிக்கம் செலுத்திய காலங்களில் அவ்வமைப்புக்கு ஒருவகையில் அனுசரணையாக இருந்த கருணாகரன் இவ்வாறான ஒரு சிந்தனை மாற்றத்துக்குள் அப்போது வந்திருப்பாரா என்பது கேள்விக்குறிதான்.

படுவான்கரை விடுதலைப்புலிகளின் கட்டுப்பாட்டுக்குள் நீண்ட காலமாக இருந்திருக்கின்றது. வீரம் விளைந்த நிலமாகவும் பல போராளிகளைத் தந்த பூமியாகவும் படுவான்கரை போற்றப்பட்டது. ஆனால், விடுதலைப்புலி களின் ஆள் பற்றாக்குறையை நிவர்த்திக்கும் களஞ்சியமாகிய படுவான்கரையின் சமூக வரலாறு மறைக்கப்பட்டே வந்திருக் கிறது. மனித உரிமைகளுக்கான யாழ். பல்கலைக்கழக ஆசிரியர்கள் (University Teachers of Human Rights - Jaffna) மட்டுமே படுவான்கரையில் நிகழ்ந்த அனர்த்தங்களை அக்காலகட்டங் களில் பதிவு செய்தனர். கட்டாயப்படுத்திச் சிறுவர்களை இயக்கத்தில் இணைத்தது படுவாங்கரையில் பெருமளவில் நிகழ்ந்திருக்கிறது. 20 செப்டெம்பர் 2001இல் வெளியிடப்பட்ட UTHR-J அறிக்கையின்படி: 18 ஆகஸ்ட் 2001 அன்று வெளியான வீரகேசரி பத்தி எழுத்தாளர் ஒருவர் தனக்கு மேற்கு நாட்டில் இருந்து கிடைத்த வயர்லெஸ் செய்திப்படி 43 பிள்ளைகளை அவர்களது பெற்றோர் அரசடித்தீவு கோவிலில்வைத்து வெற்றித் திலகமிட்டுப் புலிகளிடம் கையளித்தனர் என எழுதினார். இதனைத் தொடர்ந்து யாழ்ப்பாணத்திலிருந்து வெளியாகும் உதயன் பத்திரிகையும் "மக்கள் அணிகளாகத் திரண்டு வந்து தமது பிள்ளைகளைப் புலிகளிடம் கையளிக்கின்றனர்" எனச் செய்தி பரப்பியது. தமது பிள்ளைகளில் புலிகளின் மூச்சுக்காற்றுப் படவே விரும்பாதவர்களின் கதைபரப்பலின் போலித்தனத்தை அம்பலப்படுத்தியது UTHR-J. படுவான் கரையில் "குடும்பத்துக்கு ஒன்று அல்லது இரண்டு பிள்ளை களை விடுதலைக்காகத் தரவேண்டு"மென கட்டளை பிறப்பிக்கப்பட்டது. அது மட்டுமல்ல "தரமறுக்கும் குடும்பங் களின் நிலங்களும் சொத்துகளும் பறிமுதலாக்கப்பட்டு மாவீரர் குடும்பங்களுக்கு வழங்கப்படும்" என எச்சரிக்கையும் விடப் பட்டது. இதேவேளை சிறுவர் சிலர் வறுமை காரணமாகவோ அல்லது சிறுவருக்கே உரித்தான சாகச மனப்பான்மை காரணமாகவோ இணைந்திருக்கும் சாத்தியத்தையும் மறுப்பதற் கில்லை.

கருணாகரனின் இக்கவிதைமொழி ஒரு நீண்ட வன்முறை வரலாற்று அவலங்களின் உயிரோவியம். அவரது கவிதைகள் ஒளிவு மறைவற்றவை. மூடு பொருளாக வாசகனைத் திணறடிப்ப தில்லை. நடந்த நிகழ்வுகளின் சாட்சியங்களானவை.

கருணாகரனின் கவிதை பகாசுரனின் அசுரப்பசிக்கு சிறுவர்களை உயிர்கொடுத்த கதை. விடுதலைக்கான வித்திடுதலில் உயிர்ப்பிழந்த நகரத்தின் கதை. வேண்டாத ஒரு யுத்தத்தில்

குழந்தைகள் போராளிகளாக்கப்பட்டு அவர்களது இளமை பறிக்கப்பட்ட கதை. வீரர் பரம்பரையை உருவாக்கியதென உருவாக்கப்பட்ட வரலாற்றை கருணாகரனின் கவிதை மறுதலிக்கிறது.

> யுத்த கால இரவின் நெருக்குதலில்
> எமது குழந்தைகள் வளர்ந்தவராயினர்.
> ஊமங் கொட்டையில் தேர் செய்வதையும்
> கிளித்தட்டு மறிப்பதையும்
> அவர்கள் மறந்து போனார்கள்.
> மனிதர் பற்றிய மனிதத்தின் அடிப்படைகளில்
> வாழ்தலை மறந்தோம்.

என இரு தசாப்தங்களுக்குமுன் எழுதிப்போன சிவரமணியின் வரிகள் யுத்த பேரிகைகளாலும் விடுதலை முழக்கங்களாலும் மறைக்கப்பட்டன. விடுதலைப் பரணிகளும் வீர வணக்கங்களும் 30 வருட யுத்தத்தின் அன்றாட விதிகளானபோது தாயின் அழுகையும் சேயின் அழுகையும் மறைக்கப்பட்டன. வித் துடலைப் போற்றுவதும் விளக்கேற்றுவதும் தற்கொலையைத் தற்கொடையாக்குவதும் மரணத்தைக் கொண்டாடுவதும் விடுதலையின் கீதமானபோது மனித உயிர்கள் மதிப்பற்றுப் போயின.

கருணாகரனின் கவிதை மரணத்தைப் பாடுவதை மறுதலிக்கிறது

> 'மரணம் பற்றி யாரும் பேசக்கூடாது' என்றார்கள்
> வீரத்தின் கதைகளையே காடும் சொன்னது
> ...
> 'மரணத்திலேதான் எல்லாவிதியும் வளருமென்றால்
> மிஞ்சுவதென்ன ?'

என்கிறது.

யுத்தம் எப்போதும் ஆண்களினுடையதாகவே இருந்து வருவது வரலாறு. ஆண்களுக்காக ஆண்கள் தலைமையில் நிகழ்வதுதான் யுத்தம். யுத்தத்தை, வீரத்தை, விழுப்புண்களை விதந்துரைப்பவர்களும் பெரும்பாலும் ஆண்களே. அவர்களது அதிகாரப் போட்டியின் விளைவான யுத்தத்தில் பாதிக்கப் படுபவர்கள் பெண்களும் குழந்தைகளுமே. வளர்ந்தவர்களின் அதிகாரப்பசிக்கு குழந்தைகள் பலியாவது இலங்கைக்கு மட்டும் உரித்தானதல்ல. 20ஆம் நூற்றாண்டின் உலக யுத்தங்களில் குழந்தைகள் படைகளில் சேர்க்கப்பட்டனர். சியரா லியொன், உகண்டா போன்ற நாடுகளில் ஆயுத அமைப்புகளில் சிறுவர் வலுக்கட்டாயமாகச் சேர்க்கப்பட்டுக் கொடிய வன்முறை களில் ஈடுபட வலியுறுத்தப்பட்டனர். பர்மாவின் ராணுவத்

தில் சிறுவர்கள் வலுக்கட்டாயமாக இன்றும் இணைக்கப் படுகின்றனர்.

கொஞ்சகாலத்துக்கு முன்னர் விடுதலைப் புலிகளில் இருந்த பெண்களின் கவிதைத் தொகுப்பொன்றை வாசித்திருந்தேன். 'பெயரிடப்படாத நட்சத்திரங்கள்'. ஆக்ரோசமாக யுத்த முனை யில் போராடிய பெண்கள் அவர்கள். ஆனாலும் அவர்களது கவிதைகள் அன்பையும் சமாதானத்தையுமே அடிநாதமாகக் கொண்டிருந்தன. யுத்தம் தம் மேல் திணிக்கப்பட்டிருக்கிறது என்றே அவர்கள் பாடியிருக்கிறார்கள்.

யுத்தக் களங்கள்
வீட்டிலிருந்து புறப்பட்டு
நாடுகள் உலகமென்று வியாபித்து
ஏன் விரிந்து போய்க் கிடக்கின்றது?

...

அன்புப் பாலையே
எனக்கு முதலில் ஊட்டுங்கள்

என்கிறது ஒரு பெண் போராளிக் கவிதை. நாடுகாத்தல் என்ற கோட்பாட்டு அடிப்படையில் சில போர்ப்பரணிகள் கவிதைகளில் வந்து போயினும் பெரும்பாலான புலிப்பெண் போராளிக் கவிதைகளில் யுத்த மறுப்பே தொக்கி நிற்கிறது. விடுதலைப்புலிகளின் போர்க்கால ஆண் இலக்கியத்தில் வீரமும் வெற்றியும் தியாகமுமே பேசு பொருளாக இருந்தபோது பெயரிடப்படாத நட்சத்திரங்கள் கலகக் குரலாக ஒலித்தன.

பெண் மொழி வரலாற்றுரீதியாக யுத்தத்துக்கு எதிராகவே இருந்திருக்கிறது. இவ்வகையில் கருணாகரனின் கவிதையிலும் பெண்மொழி பேசுகிறது. அவரது கவிதைகளிலிருந்து ஒரு சில வரிகள்:

போருக்கஞ்சிய சிறுவனை வீரனாக்கியது களம்
என்னுடைய நிலமேன் என்னைச் சிறையிட்டது?

என்ற வரிகளில் வீரம் என்ற ஆண்மொழி வீரியமிழந்து செல்லாக் காசாகிறது. விடுதலைக்கான பயணம் என்பது சிறைப் பயணமாகிறது.

இக்குழந்தைகள் நலிந்துபோன சமூகங்களிலிருந்து வந்தவர்கள்:

கறுத்துக் காய்ந்த மனிதர்களிடம்,
'பகைவரைச் சாய்த்திட வேண்டும். புறமுதுகிட முடியாது.
புறப்படு மகனே' எனத் தன் சிறுபுதல்வனையும்
போர்க்களமனுப்பிய தாயின் கதை
வீரம் எனவும் அதுவே அறமென்றும் சொல்லப்பட்டது

                    கருணாகரன்

என்ற வரிகள் புறநானூற்று ஆண் மொழியைக் கேள்வி கேட்கின்றன.

விடுதலைக்காக அனைத்தையும் துறக்க ஆணை பிறப்பிக்கப்பட்டபோது குழந்தைகள் பலிகளாகக் கேட்கப் பட்டனர். அன்பை, குடும்பத்தை மறக்க நிர்ப்பந்திக்கப் பட்டனர்.

கவிதை சொல்கிறது:

'அம்மாவை நினைக்க முடியாது இனி
மறத்தலும் இயலாது.'...
நாங்கள் போரிட்டோம் போர் எங்களைத் தின்றது
துக்கம் கனத்த இதயத்தோடு தலைகவிழ்ந்தபடி நடந்த
சின்னப் பையன்களின் கதையை வெளி மறந்தது.

போர்க்காலங்களில் போராளிப்பட்டம் சூட்டப்பட்டு வளர்ந்தவராகிவிட்ட இச்சிறார்களுக்குப் போராளிப்பட்டம் ஒருவகையில் சமூக அந்தஸ்தைக் கொடுத்தது. அக்காலங்களில் அவர்களுக்குக் குறைந்தபட்சம் சமூக அங்கீகாரம் இருந்தது. யுத்த முடிவின் பின் குற்றுயிராகத் திரும்பி வந்தவர்கள் சமூக அங்கீகாரத்தையும் இழந்துபோன நிலை. வளர்ந்தவர்களின் யுத்தத்தில் பலியாக்கப்பட்டு இளமையை இழந்து வாழ்விழந்து மனமும் உடலும் ஊனமுற்று திரும்பி வந்தவர்களின் வாழ்வின் அவலத்தை கருணாகரன் பாடுகிறார்:

சனங்கள் யாரும் அவனைத் தேடவில்லை; படைகளும்
வரலாறும் தேடவில்லை. கைவிடப்பட்ட காகிதம்
காற்றிலே பறந்து ஆற்றிலே வீழ்ந்தது.

கவிதை முழுதிலும் இளம் உள்ளங்களின் ஆற்றாமையும் அன்பிற்கான ஏக்கமும் அதிகாரத்தால் கட்டுப்படுத்தப்பட்ட கையறு நிலையும் தொக்கி நிற்கிறது. வீரம் வெற்றி என்ற கதையாடல்கள் பிஞ்சுள்ளங்களின் கனவுகளுக்குள் அடங்குவ தில்லை. பட்டாம்பூச்சியாக என்னைப் பறக்கவிடு என்கிறது பிஞ்சுள்ளம். அதிகாரம் இறகுகளைப் பறிக்கிறது.

முடிவாக யுத்தம் என்பது ஆண்களுக்காக ஆண்களால் நிகழ்த்தப்படுவது. அது குழந்தைகளின் இளமையைப் பறித்தது மட்டுமல்ல, அவர்களது எதிர்காலத்தையும் சூனியமாக்கி விடுகிறது என்பதே கருணாகரனின் நெடுங்கவிதையின் கரு. ஒரு பெரும் வரலாற்றழிவைக் காவியமாக்கியிருக்கிறார் கருணாகரன்.

லண்டன்   ராகவன்
25.9.2015